பெண்ணச்சி

வெள்ளியோடன்

தமிழில்:
ஆர்.முத்துமணி

டிஸ்கவரி பப்ளிகேஷன்ஸ்
எண்: 9, பிளாட் எண்: 1080A, ரோஹிணி பிளாட்ஸ்
முனுசாமி சாலை, கே.கே.நகர் மேற்கு,
சென்னை - 600 078. பேச: 99404 46650

பெண்ணச்சி (நாவல்)
ஆசிரியர்: வெள்ளியோடன்
தமிழில்: ஆர்.முத்துமணி

PENNACHI (Novel)
Author: **Velliyodan**

Printed : Ramani Print Solutions, Chennai -5.
First Edition: Aug - 2021
வெளியீட்டு எண்: 0034
ISBN: 978-93-91994-04-4
Pages: 104

Rs. 130

Publisher • *Sales Rights*

Discovery Publications	**Discovery Book Palace (P) Ltd**
No. 9, Plot,1080A,	No. 6, Mahaveer Complex,
Rohini Flats,	Munusamy Salai,
Munusamy Salai,	K.K.Nagar West,
K.K.Nagar West,	Chennai-600 078.
Chennai - 600 078.	Ph: (044) 4855 7525
Mobile: +91 99404 46650	Mobile: +91 87545 07070

discoverybookpalace@gmail.com
WWW.DISCOVERYBOOKPALACE.COM

இந்த நூலில் பிரசுரமாகியுள்ள எந்த ஒரு பகுதியையும் பதிப்பாளரின் எழுத்துபூர்வமான முன்அனுமதி பெறாமல் எடுத்தாள்வதோ, மறுபிரசுரம் செய்வதோ, மொழியாக்கம் செய்வதோ, அச்சு மற்றும் மின்னணு ஊடகங்களில் மறுபதிப்புச் செய்வதோ, காப்புரிமைச் சட்டப்படி தடை செய்யப்பட்டுள்ளது. இந்த நூலிலிருந்து குறிப்பிட்ட பகுதிகளை மேற்கோள்காட்டி புத்தக விமர்சனம் செய்ய, ஊடகங்களுக்கு மட்டும் அனுமதி உண்டு.

உங்கள் மொபைல் போனிலிருந்து ஸ்கேன் செய்து 'டிஸ்கவரி புக் பேலஸ்' மொபைல் ஆப்பை டவுன்லோடு செய்து, புத்தகங்களை வாங்குங்கள்.

நூலாசிரியர் பற்றி

வெள்ளியோடன் சைனுதீன் என்பது இயற்பெயர். கோழிக்கோடு மாவட்டம், வடகரை தாலுகாவின் பாறக்கடவு எனும் இடத்தில் அப்துல்லா-பியாத்து தம்பதியின் மகனாக 1977-ஜனவரி 10 அன்று பிறந்தார். மனைவி: சல்மா விலாசம்.

இவரது கதைகள் தமிழ், ஆங்கிலம் மற்றும் கன்னட மொழிகளுக்கு மொழிபெயர்க்கப்பட்டுள்ளன. ‘கடல் மரங்கள்’ தமிழ் மொழிபெயர்ப்புக்கு திருப்பூர் இலக்கிய விருது கிடைத்துள்ளது. கீதா ஹிரண்யன் ஸௌஹ்ருதவேதி விருது, யூ.எ.இ எக்சேஞ்ச் விருது லோக மலையாள கதை புரஸ்காரம், அபுதாபி சக்தி சிறு கதை புரஸ்காரம், பிரவாசி புக் டிரஸ்ட் அவார்ட், வி.பி.எப்.என் மொய்து மாஸ்டர் அவார்ட் முதலிய விருதுகள் பெற்றுள்ளார்.

இவரது புத்தகங்கள்: கடல் மரங்கள், சின்ட்ரெல்ல, விசீசிலே ஸ்மசானம், வியுக்த (கதைகள்), பிரவாச திண்டே சர்காத் மகதயிலூடே (கட்டுரைகள்), மேகங்கள், மிஸ்டேக் (திரைக்கதைகள்), பாம் தேர்ந்தெடுத்த கதைகள் (எடிட்டர்).

E-mail; velliyodan@gmail.com

முன்னுரை

(மலையாள நாவலுக்காக எழுதியதின் தமிழாக்கம்)

வண்ணக்கனவுகளும், அதற்கு நேரெதிரான மோசமான அனுபவங்களும்

ஒரு காலகட்டத்தின் உணர்ச்சிகளோடு ஒத்துப்போவதுதான் வெள்ளியோடனின் புதிய நாவலான ‘பெண்ணச்சி’.

பெண் எழுத்தாளர்களின் வாழ்க்கை, அனுபவங்கள் நிறைந்தவை. அவர்களது வாழ்க்கை சம்பந்தமான புதிர்கள் வாசகர்களின் மனக் கதவை தட்டும்போது அவனுக்கு அதை திறவாமல் இருக்க முடியாது. வெள்ளியோடன் ஒரு பெண் எழுத்தாளரை கதை நாயகியாக எடுத்துக்கொண்டதற்குக் காரணம் உண்டு. அவளது எழுத்துகளின் ஒன்றோடொன்றான வேற்றுமைகள், காலமாற்றங்களைப் பற்றியும் அவளுக்குப் புரிதல் இருக்கும். அதைப் பார்த்து, புரிந்து, வெளிப்படுத்துவதைத்தான் வெள்ளியோடன் செய்திருக்கிறார். ஒருவர் எப்படி இருக்கவேண்டும் என்பதைவிட, ஒருவர் எப்படி இருக்கக் கூடாது என்பதை இந்த நாவல் சுட்டிக்காட்டுகிறது.

வெளிநாட்டு வாழ்க்கையில் காதலையும், காதல் தோல்வியையும் அதிகமாகக் கண்டிருப்பவர்தான் இந்த எழுத்தாளர். புலம்பெயர் வாழ்க்கையில் சமூக வலைத்தளம் வாயிலாகத் தொடர்புகொண்டு, உடன் பயணித்து, காதலிப்பவர்களை ஏராளமாகக் கண்டு கவலை கொள்பவர். நேசிப்பவனுக்கு, அவன் திருமணம் ஆனவனா, ஆகாதவனா என்று கவனிக்காமல், தன் இதயத்தை பறித்துக் கொடுப்பதுடன், தன்னிடமிருக்கும் அனைத்தையும் கொடுத்து விடுபவர்கள். காதலிப்பவனுக்காக தன்னால் இயன்ற வரை வங்கியிலிருந்து கடன் பெற்று அவனது கடனைத் தீர்ப்பவர்கள் - கைவசமிருக்கும் நகைகளையும் பணத்தையும் அவனுக்கோ அவளுக்கோ ஆக தானம் செய்பவர்கள் - இவ்வாறெல்லாம் கொடுத்தாலும்கூட காதலை மனதில் மிச்சம் வைக்காதவர்களும் உண்டு. முதல் முறை

வாசிக்கும்போதே இது வாசக இதயங்களில் உலராத காயங்களையோ நிம்மதியின்மையையோ கொடுக்கிறது. காதலிப்பவருக்கு காதலை மட்டும் கொடுத்தால் போதும், பாஸ்போர்ட்டை பணயப்படுத்தி பணம் கொடுக்க வேண்டியதில்லையே என்று நினைத்து நாம் ஆச்சரியப்படுகிறோம். வெளிநாட்டில் இருந்துகொண்டு, அப்படிப்பட்ட ஒரு பெண் எழுத்தாளரின் வாழ்க்கையில் ஏற்படும் இக்கட்டான சூழ்நிலையைத்தான் வெள்ளியோடன் எழுதுகிறார். அவளது துக்கம் நிறைந்த வாழ்க்கை கண்டு குமுறவில்லை அவர். பரிதாப உணர்ச்சியுடன் அவளது உணர்வுகளையும் சிந்தனைகளையும் திறந்துகாட்டுகிறார்.

விடுதலை வேட்கையுடைய ஒரு பெண்ணுக்கு ஆணின் ஆதிக்கம் சகிக்க முடியாது. திருமணத்துக்கு முன் அவளது அப்பாவும், திருமணத்துக்குப் பின் கணவனும் அவளது இயல்பை குலைப்பதாகவும் நிம்மதி தருவதில்லை என்றும் சுசலா, ராமகிருஷ்ணனிடம் குறை கூறுகிறாள். தன்னை அடிமைப்படுத்தவும், தனது லட்சியங்களைச் சிதறடிக்கச் செய்யவும் சுசலா யாரையும் அனுமதிப்பதில்லை. மிகவும் நேசிக்கும் மகனை விட்டுப் பிரிந்து வாழும் சூழல் நந்தனுக்கு உண்டாகிறது. எந்த நாணயத்துக்கும் இரண்டு பக்கங்களுண்டு. சுசலா கூறுவதுபோலவே, சுசலாவின் அப்பாவுக்கும் நந்தனுக்கும் அவரவர் பக்கத்து நியாயங்கள் இருக்கலாம். எந்த ஆணையும் மிகப் பெரிய ஆணாதிக்கவாதியாக காட்டுவதற்கு நமக்கு உரிமை இல்லை.

கணவனுக்கும் மனைவிக்கும் இடையேயான முரண்பாடுகளைக் கடந்து செல்ல இயலாதது அந்தப் பெண் எழுத்தாளரின் தோல்வியைத்தான் காட்டுகிறது. சுசலா எனும் பெண்ணின் வண்ணக்கனவுகளின் சூழலோடு பொறுமை காட்டுகிறார் என்ற போதும், திட்டவும் விமர்சிக்கவும் திருத்தவும் உரிமையுள்ள ராமகிருஷ்ணன் என்னும் நண்பன், சுசலாவின் பக்கம்தான் நிற்கிறார். அவள் நந்தனை விட்டு விலகுவதற்கும் இனி ஒருபோதும் அவனுடன் சேர்ந்து வாழ முடியாது என்று வாதம் செய்வதற்கும் ஒரு காரணம் இருக்கிறது - திருமண பந்தத்தால் ஏற்பட்ட நரகத்தை காதலால் கிடைக்கும் சொர்க்கமாக மாற்றலாம் என்ற அவளது பகல்கனவு அது. இம்சை என்றால் என்ன என்று அறியாத காந்தியோ புத்தனோ அல்ல உலகத்து ஆண்கள் என்று அவள் நினைத்திருக்கவில்லை. வேறொரு குடும்பத்தின் தலைவன் க்ளீட்டசை தனது காதலனாக தேர்ந்தெடுத்தபோது மின்சாரம் போன்ற உணர்ச்சிகள்தான் அவளை முன்னுக்குக் கொண்டு சென்றது. அவளது கனவுக்கோட்டை

உடைந்துபோகும் என்று அவள் நினைக்கவில்லை. காதல், தேனாக இனிக்கவும் நறுமணமுடன் இருக்கவும் ஆண்-பெண்ணுக்கிடையே சுதந்திரம் இருக்க வேண்டும். பிரதிபலன் எதிர்பாராத அன்பு செலுத்தவும் வேண்டும்.

கணவன் நந்தனின் மகனுடனான அன்பையும், சிந்தனைகள் உணர்ச்சிகள் கோபதாபங்கள் ஆகியவற்றையும் சுசலா கவனிக்கத் தவறிவிட்டாள். காதலனிடமிருந்து கிடைக்கும் அன்பையும் அரவணைப்பையும் அவள் அனுபவித்துக்கொண்டிருந்தாள். ஆனால் மதுக்கோப்பையிலிருந்து கடைசி துளியையும் உறிஞ்சிக் குடித்துவிட்டு, அவளை வெளிவர முடியாத கடனுக்குள் தள்ளி, தனிமையில் திக்குத் தெரியாத இடத்தில் படுகுழியில் தள்ளிவிடுகிறான், காதலன் க்ளீட்டஸ். அவள் தொடுத்துவிட்ட அம்புகள் எல்லாமே அவளது நெஞ்சுக்கே திரும்பி வந்ததுபோல அவள் துடித்துப்போகிறாள்.

இந்தக் கதையில் மிகவும் சிறப்பான பாத்திரம் ஐந்து வயதே ஆன தப்பூதான். ராமகிருஷ்ணனும் சுசலாவும் நந்தனும் க்ளீட்டசும் அம்மாவும் எல்லாம் துணைக் கதாபாத்திரங்களே. அன்பின் அழகிய பாதை வழியாக, சகிப்புத்தன்மை மற்றும் களங்கமற்ற பாசத்துடன் புல்லாங்குழல் ஊதி அடிமைகளைக் காக்க வந்த பகவான் கிருஷ்ணபரமாத்மாவாகத்தான் அவன் செயல்படுகிறான். அம்மாவுக்கு அவளது வாழ்க்கை உயிரற்றதாக மாறும்போதும் அவளது இதயத்தில் மறையாமலிருக்கும் எதிர்பார்ப்பு - அவளுக்கு மகனின் பெயரும் கடவுளின் பெயரும் இரண்டல்ல. கிருஷ்ணன் போன பின்னரும் அவனது குழல் நாதம் இருக்கும்.

உடல், மனம், ஆத்மா இவை மூன்றும் சேரும்போதுதான் நல்ல படைப்பு உருவாகிறது. அத்துடன் அழகியலையும் சேர்த்து வேள்ளியோடன் இதைப் படைத்திருக்கிறார்.

வாசகர்களே, ஒரு பெண் எழுத்தாளரின் உணர்ச்சிகரமான எண்ணங்களையும் செயல்களையும் எரிமலை சீற்றத்தைப்போல வெளிக்கொண்டுவரும் இந்த நாவலுக்குள் கடந்துவர நான் உங்களை அழைக்கின்றேன். கோர வனங்களிலும் வழியோரங்களிலும்கூட வீழ்ந்து கிடக்கும் அன்பு எனும் புதிர்களை விடுவித்து வாசகனுக்கு முன் கொண்டுவர இனியும் வெள்ளியோடனுக்கு இயலட்டும்.

கோழிக்கோடு. வாழ்த்துகள் - அன்புடன்,

கே.பி.சுதீரா

அன்பு எனும் மாயை ஆட்படுத்தும் சிரமங்கள்...

- சுப்ரபாரதிமணியன்

2019ஆம் ஆண்டு ஷார்ஜா புத்தகக்காட்சியில் எனது 'சப்பரம்' நாவல் மலையாள மொழிபெயர்ப்பு வெளியீட்டிற்குச் சென்றிருந்தேன். வெள்ளியோடன், ஷார்ஜா புத்தகக்காட்சியில் நடைபெறும் மலையாள நூல்கள் வெளியீட்டு நிகழ்ச்சிகளில் குறிப்பிடத்தக்க பங்கு வகிப்பவராக இருக்கிறார். துபாய் சார்ஜா தமிழ் எழுத்தாளர்களுடன் நல்ல உறவையும் கொண்டிருக்கிறார்.

வெள்ளியோடனின் இரு சிறுகதைத் தொகுப்புகள் தமிழில் வெளிவந்துள்ளன. 1. கடல் மரங்கள் 2. ஆயா. சுவாரஸ்யமான எழுத்து முறையும் தீவிரமான களங்களும் கொண்டவை அவரின் படைப்புகள். அந்த வகையில், ஒரு பெண் எழுத்தாளரின் வாழ்க்கையை மையமாகக் கொண்ட 'பெண்ணச்சி' தமிழில் அவரின் முதல் நாவல் முயற்சி.

பெரியார் எழுத்து ஞாபகம் வந்தது. கல்யாண விடுதலை பற்றி அவர் சொல்கிறார்: கல்யாணம் என்பது ஆண்-பெண் இருவர்களுடைய வாழ்க்கைச் சவுகரியத்திற்கு ஏற்பட்ட ஓர் ஒப்பந்த விழாவே ஒழிய, அதில் எவ்விதத் தெய்வீகத்தன்மையும் இருக்க நியாயமில்லை என்பதும், அப்படிப்பட்டக் கல்யாணம் என்பது இரு பாலார்களுடைய வாழ்க்கை சவுகரியத்திற்கு ஒத்து வரவில்லையானல் ரத்துசெய்துவிடத் தக்கதே என்பதையும் விளக்க முற்படுவதாகும். திருமண பந்தத்தால் ஏற்பட்ட நரகத்தை காதலால் கிடைக்கும் சொர்க்கமாக மாற்றலாம் என்ற பகல்கனவு பல பெண்களிடமும் ஆண்களிடமும் உண்டு. சுசலா இப்படியொரு கல்யாண விடுதலையை உணர்கிறவள்தான். ஆனால், அதற்கான வழிகளில் குடும்பத்தைச் சிதைத்துக்கொள்கிறாள்.

"பெரிதாய் பிறருடன் கலந்திருக்காத இந்த சுபாவம்தான் சுசலாவை தன்னிடமிருந்து பிரிக்கிறதோ என்றும், அவள் கணவன்

சிந்தித்ததுண்டு. கவிதைகளால் அவள் மரணமில்லாதவள் ஆகிவிடுவாள். எழுத்தாளரின் கணவன் என்ற முறையில் தானும் பெருமை பெறலாம். அவளுக்குள் மறைந்து கிடந்த படைப்பாற்றல், கட்டுகளை உடைத்து வெளியே வருகிறது.''

ஆனால், எதுவும் பயன் இல்லாமல் போகிறது. அவள் தன் பாதையை தீர்மானித்துக்கொள்கிறாள். அது தவறாகப் போய் விடுகிறது.

''சுதந்திரத்துக்கு எல்லைகள் கிடையாது நந்தன். எனக்குப் போகவேண்டும், எல்லைகள் இல்லாத ஆகாயத்துக்கு. உங்களுக்குத் தெரியாதா, நான் ஒரு ஃபெமினிஸ்ட் என்று?'' சுய அடையாளம், ஃபெமினிசம்... இவள் என்னென்னவோ சொல்கிறாள். அவனுக்குத்தான் ஒன்றும் புரியவில்லை. நந்தன் தனது இரண்டு கைகளையும் தலைமுடிக்குள் கொடுத்துத் தேய்த்துக்கொண்டான்.

அவளைப் புரிந்துகொள்ளாத கண்வன் நிலை இது. அவள் விடுதலை குறித்து சரியாக யோசித்திருக்கலாம்.

இரவிலேயே 'லிவ்விங் டுகெதர்' என்பது தனிமைப்படுவது எனும் நிலைமைக்கு பகலில் மாறிவிட்டதாகத் தோன்றியது. இதுபோன்ற உறவுகள் கடைசியில் இயலாமையின் ஏதாவது வழிகளில் பயணித்து எங்காவது மோதி நின்றுவிடும். அதுதான் அவளுக்கும் நேர்கிறது என்கிறார் வெள்ளியோடன், இந்த உறவைப் பற்றிய விமர்சனமாய்.

எல்லா இடங்களிலும் அனாதைகள் ஆக்கப்படுவது களங்கமற்ற குழந்தைகள்தான். திருமண பந்தம் என்பது அங்கீகரிக்கப்பட்ட ஒரு நிறுவனமாகும். வாழ்க்கையை அந்த வட்டத்துக்குள் ஒதுக்கி நிறுத்தும்போது பிரச்னைகள் எதுவும் இல்லாமல் போகிறது. அந்த வட்டத்துக்கு வெளியே சென்றுவிட்டாலோ கூட்டத்திலிருந்து வழி தவறிய காட்டு யானையைப்போல பிளிறியபடி ஓடுகிறது.

இவர்களுக்குள் அகப்பட்டுக்கொள்கிற குழந்தை சிரம்படுகிறான். அம்மா நிஜமும், அப்பா கற்பனையும் ஆகும். கணவனுக்கும் மனைவிக்கும் சம உரிமைகள் உள்ள ஒரு குடும்பத்தில் முடிவுகள் எடுக்க வேண்டியது ஆணும் பெண்ணும் சேர்ந்துதானே?

''அம்மா கவிஞர் அல்லவா? ஃபேமஸ் அல்லவா!'' என்கிற சிறுவன் அடையும் நிலை, குழந்தை தப்பூவுக்கு லுக்கீமியா நோய் சிரமப்படுத்துகிறது. ரேடியேஷனும் கீமோதெரபியும் கொடுத்து

கருக வைத்த பின்னரும், வாழ்க்கையிலிருந்து மரணத்துக்கும் மரணத்திலிருந்து நிம்மதிக்கும் அவன் தாவிக்கொண்டே இருக்கிறான்.

இப்படி, முத்துமணியின் எளிமையான மொழிபெயர்ப்பில் பல கவித்துவ வரிகள்.

கணவனிடம் அன்பு கிடைக்கவில்லை என்று கருதுகிறவள் அடைக்கலமாகிற காதலனிடம்கூட கிடைக்கவில்லை.

இவை அவளுக்கு ஏமாற்றம் தரவே, அவளது மனம் துறவுநிலைக்குப் போய்விடுகிறது. லலிதா அந்தர்ஜனம் எழுதிய 'அக்னி சாட்சி' நாவலில் அந்த நாயகி இப்படித்தான் குடும்ப வாழ்க்கையின் நிர்பந்தங்களை வெறுத்து துறவியாகிறாள். இப்படி துறவுநிலை மேற்கொள்ளும் அல்லது தற்கொலை செய்துகொள்ளும் ஆணோ பெண்ணோ நிரம்ப நம்முள் தட்டுப்படுகிறார்கள்.

இவர்களின் மன அலசலை நாவலில் வெளிப்படையாகவும் நுணுக்கமாகவும் கொண்டுவந்திருக்கிறார் வெள்ளியோடன்.

தமிழில் அவரின் படைப்புகள் தொடர்ந்து வெளிவரும் சூழல் மகிழ்ச்சியளிக்கிறது.

ஆசிரியர் உரை

‘நிஜம் எது, கற்பனை எது?’ என்று பிரித்தறிய முடியாததொரு பைத்தியகார மனநிலையில்தான் நான் பெண்ணச்சியை எழுதியது. சில நேரங்களில் ஒரு கதையின் கதாபாத்திரங்களே நிஜ மனிதர்களாகவும், நேர் மாறாக நிஜ மனிதர்கள் கதாபாத்திரங்களாகவும் மாறுவதுண்டு.

நான் இந்தக் கதையை எழுதும்போது அதில் முழுமையாக நிறைந்திருந்தது கதாபாத்திரங்களா, அல்லது உயிருடனிருந்த மனிதர்களா என்பதை இன்னமும் முழுமையாக என்னால் சொல்ல இயலவில்லை. யதார்தத்திற்கும், கற்பனைக்கும் இடையில் தொலைந்துபோன ஒரு கலக்கமுற்ற மனிதனாகவே நான் இருந்தேன். அனாதையாக்கப்பட்ட குழந்தைப்பருவத்தின் சத்தமில்லாத வலி எனை தினமும் அமைதியிழக்கச் செய்தது. அதன் அழுத்தங்களால் பல நேரங்களில் மூச்சுவிடக்கூட முடியாமல் தவித்ததுண்டு. எழுத்தில் கொண்டுவருவதைக் காட்டிலும், இந்த அழுத்தத்திலிருந்து வேறெந்த வகையிலும் என்னால் வெளிவர முடியாதென்பதை அறிந்தே இதை எழுதினேன். ஆனால் பல நேரங்களில் எனக்குள் நானே சண்டையிட்டுக்கொண்டு எழுதுவதை நிறுத்துவதுண்டு. அப்போதெல்லாம் தப்பூவும் நந்தனும் ராமகிருஷ்ணனும் கலங்கிய கண்களுடன் என் முன்னால் காட்சியளிப்பார்கள். அவர்களை ஏமாற்ற விரும்பாமல் மீண்டும் அவர்களுக்காகவே எழுதத் தொடங்குவேன்.

மனதினுள்ளிருந்த வார்த்தைகள் கட்டுகளை உடைத்துக்கொண்டு வெளிவரத் தொடங்கின. நான் எப்பொழுதும் யாரையும் நோகடிக்கும் எண்ணம் கொண்டிருக்கவில்லை. ஆனால், அதேநேரத்தில் இனிமேலும் எந்தவொரு குழந்தையின் குழந்தைப்பருவமும் பாதிக்கப்படுவதை நான் விரும்பவில்லை. மலர்வதற்கு முன்னே கருகிப்போன மொட்டினை கண்முன்னே கண்ட வலியினாலும், மீண்டும் ஒரு முறை இதுபோல எப்பொழுதும் நடக்கக்கூடாது எனும் எண்ணத்தினாலும்தான் இதை எழுதினேன். கதையின் முடிவில் உங்கள் கண்களில் இருந்து வழியும் கண்ணீரில் நான் என் மன்னிப்பையும் சேர்த்தே எழுதுகிறேன்.

இந்த நாவலை மலையாளத்தில் இருந்து தமிழுக்கு மொழிபெயர்த்த ஆர்.முத்துமணி அவர்களுக்கும், திருத்தம் செய்து முன்னுரையும் வழங்கிய எழுத்தாளர் பிரியா அவர்களுக்கும் மற்றும் தமிழில் எனக்கு வழிகாட்டியாக விளங்கும் எழுத்தாளர் திரு.சுப்ரபாரதிமணியன் அவர்களுக்கும் என்னுடைய நன்றியை அன்போடு தெரிவித்துக்கொள்கிறேன்.

இந்த நாவலை எழுத எனக்குத் தூண்டுதல் தந்து வழிகாட்டியாக உடனிருந்த எழுத்தாளர் திரு.அர்ஷாத் பத்தேரிக்கும், அதேபோல நிரந்தரமாக எழுத தூண்டுகோலாக உடனிருந்த பெண் எழுத்தாளர் சபீன எம்.சாலிக்கும், என்னுடைய எல்லா பைத்தியங்களையும் தனக்குள்ளே இழுத்துக்கொள்ளும் நண்பனும் எழுத்தாளருமான சிராஜ் நாயருக்கும், சிலநேரங்களில் என்னை விசேஷமான கரைகளில் நிறுத்தி கடைசியில் என்னை குப்பைத்தொட்டிக்குள் வீசி எறியும் நட்புகளுக்கும், புத்தகத்துக்கு முன்னுரை எழுதித் தந்த ஸ்ரீமதி.கே.பி.சுதீராவுக்கும் மற்றும் தமிழில் இந்நாவலை வெளியிடும் டிஸ்கவரி பதிப்பகத்திற்கும் நன்றி.

இனி வாசகர்களுக்கு ஒரு வார்த்தை: நீங்கள் யாரும் நம்பக் கூடாத ஒரு கட்டுக்கதைதான் இது... ஒரு பொய்க் கதை!

தீராத பிரியங்களுடன்,
வெள்ளியோடன்

வாழ்த்துரை

எழுத்தாளர் வெள்ளியோடன் அவர்கள் முதன் முதலில் எனக்கு அறிமுகம் ஆனது அவரது ‘கடல் மரங்கள்’ சிறுகதைத் தொகுப்பின் மூலம்தான். ஒரு இலக்கிய நிகழ்ச்சிக்காக அவருடைய இந்த தமிழ் மொழிபெயர்ப்பு நூலை அறிமுகம் செய்யும் பொறுப்பு எனக்கு வழங்கப்பட்டிருந்தது. எந்த வித எதிர்பார்ப்பும் இல்லாமல் வாசிக்கத் துவங்கிய எனக்கு தொகுப்பின் ஒவ்வொரு சிறுகதையும் ஒவ்வொரு விதமான பார்வையைத் தந்தது. இனச்சிறுபான்மையின் காரணமாக பல்வேறு நாடுகளில் பல்வேறு வகைகளில் துன்பத்திற்கு உள்ளாகும் மக்களின் நிலையை ஆவணப்படுத்தும் முயற்சியாகவே அந்த சிறுகதைகள் எனக்குக் காட்சியளித்தன. சொல்ல நினைத்ததை உணர்வுபூர்வமாக தன்னுடைய எழுத்துகளின் வழி மிகச்சுலபமாக வாசகர்களுக்குக் கடத்தியிருந்தார்.

இப்படியாக ‘கடல் மரங்க’ளின் வழியாக உண்டான அறிமுகத்தின் வழி, தமிழில் மொழிபெயர்க்கப்பட்டிருந்த அவரின் நாவல் ‘பெண்ணச்சி’யை வாசிக்கும் வாய்ப்பும் கிட்டியது. வெள்ளியோடனின் எழுத்துகள் உணர்ச்சிகளால் நிரம்பியவை, அதன் கணம் வாசகனை அத்தனை எளிதில் வேறொன்றிலும் நுழையவிடாது. அது அப்படியே இந்த நாவலிலும் நடக்கிறது. கடைசி அத்தியாயம் நெருங்க நெருங்க உணர்சிகளைக் கட்டுப்படுத்திப் படிப்பது நிகழாத காரியமாயிற்று. இக்கதையில் இருக்கும் நாயகன், நாயகியைப்போல பல நிஜவாழ்வுக் கதைகளையும் நாம் செய்தித் தாள்களில் கடந்துகொண்டுதான் இருக்கிறோம். ஆனால் என்ன... வெளிநாடுகளில் வசிப்பவர்களுக்குக் கிடைக்கும் கட்டற்ற சுதந்திரம் இதற்கான வெளியை இன்னமும் விஸ்தாரமாக்கியிருக்கிறது அவ்வளவுதான்.

பெண்ணியம் என்பதற்கான தவறான புரிதலை மனதில் கொண்டு, சமூக வலைத்தள பிம்பங்களை நிஜமென்று நம்பி, வாழ்க்கையை தொலைக்கும் இளம் பெண்ணின் கதைதான் பெண்ணச்சி. “நிழலினை நம்பி ஒருபோதும் நிஜத்தினை தொலைக்காதீர்கள்”

என்பதுதான் இதன் மூலம் ஆசிரியர் வாசகர்களுக்கு சொல்ல நினைப்பது என்பது என்னுடைய புரிதல். உண்மையில் சுசலாவைப் போன்ற அரைகுறைப் பெண்ணியவாதிகளால், நந்தனைப் போன்ற புரிதலுள்ள, அன்பு நிறைந்த கணவர்களை ஒருபோதும் புரிந்து கொள்ளவே முடியாது.

ஒருவரை ஒருவர் யாரென்றே தெரியாமல், நேரில் பார்க்காமல், குடும்பங்களைக் குறித்து எந்தவிதப் புரிதலும் இல்லாமல் உணர்ச்சியின் அடிப்படையில் மட்டுமே பூத்து, உடலை மட்டுமே நெருங்க நினைத்து, நெருங்கி கடைசியில் காற்றில் கரையும் காதல்களின் விளைவு இப்படியானதாகத்தான் இருக்கும் என்பதற்கு இந்த நாயகியின் வாழ்க்கை ஓர் உதாரணம்.

பிள்ளைகள் செய்யும் தவறுகளைச் சுட்டிக் காட்டாத பெற்றோரும், துணையின் தவறுகளைச் சுட்டிக் காட்டி திருத்த முனையாத கணவனும்/மனைவியும் என்றைக்குமே வாழ்வில் சரியான பலன்களை அனுபவிப்பதில்லை. கண்டிப்புடன் கூடிய அன்பும், சரியான நேரத்திலான வழிகாட்டுதலுமே வாழ்க்கை அதனுடைய திசையில் செல்ல உதவும், இல்லையெனில் படகு கரையொதுங்குவதற்கு பதில், புயலில் சிக்கி சின்னாபின்னமாகும். நாவலின் முடிவில் ஆசிரியர் பூடகமாய் சொல்லியிருப்பதும் இதைத்தான்.

இன்றைய சமூக வலைதள தலைமுறைக்குத் தேவையான, சரியானக் கருத்தை சொல்லியிருக்கும் இந்த நாவலைப்போல், வெள்ளியோடன் அவர்களின் மேலும் பல புத்தகங்களும் தமிழில் வெளியாகி, தமிழ் வாசகர்களை சென்று சேர என்னுடைய வாழ்த்துகள்.

– பிரியா
ஷார்ஜா, அமீரகம்.

1

"**ந**ந்தனுக்குக் குடிப்பழக்கம் உண்டா?"

சுசலாவின் கண்களைப் பார்த்து ராமகிருஷ்ணன் கேட்டான்.

அபுசஹராவின் தெருவோரக் கடையின் வெளியே போடப்பட்டிருந்த மேசைகளில் ஒன்றில் தனக்கு எதிரே இருந்த இருக்கையில் அமர்ந்திருந்த சுசலாவைப் பார்த்து ராமகிருஷ்ணன் அப்படிக் கேட்கும்போது, இருவருக்கும் முன்னால் வெயிட்டர் ஒரு மெனுவுடன் மெதுவாக வந்து சேர்ந்தான். ஏதாவது சாப்பிடாமல் அதிக நேரம் அங்கு இருக்க முடியாது என்று தெரியுமென்பதால் இராமகிருஷ்ணன் இரண்டு கடுங்காபிக்கு ஆர்டர் செய்தான். சுசலாவை நோக்கிக் கேட்பதற்காக அவன் வைத்திருக்கும் கேள்விகள், நிச்சயம் மூளைக்கும் இதயத்துக்கும் ஒருசேர நெருக்கடி கொடுக்கும் என்று தெரிந்துதான் அவன் கசப்பு நிறைந்த இந்த காபியைக் கொண்டு வரச் சொல்லியிருந்தான்.

அவன் அப்படிக் கேட்பதற்கான காரணம், அவள் எழுதியிருந்த சுயசரிதையைப் போன்ற நாவலில் கணவன் குடித்துவிட்டு, உணர்வுபூர்வமான சிந்தனைகளுக்கு விடுதலை அளித்து, அவர்கள் போற்றிப் பாதுகாத்து வரும் பண்பாட்டைக் கிழித்தெறியும் ஆளாகக் காட்சி அளித்தான்.

நாவலில் வரும் கதாபாத்திரங்கள் நிஜ வாழ்க்கையிலும் இருக்க வேண்டியதில்லை, மேலும் அவர்கள் கற்பனை உணர்வுக் கலவைகளால்

தயாரிக்கப்படுபவர்கள் என்று நினைக்கலாம் என்றாலும், அவளே பல நேரங்களில் அவளுடைய இந்த நாவலில், தன்னுடைய சொந்த வாழ்க்கையையே சொல்ல முயற்சித்திருப்பதாகக் கூறியிருந்ததால்தான் அவன் இந்த ஒப்பீட்டு விசாரணையை நடத்தினான்.

நாவலின் இறுதிவரை வாழும் யதார்த்தமான நேரடி கதாபாத்திரங்கள் ஒவ்வொரு முறையும் அதைப் படிக்கும்போது அவரது மனசாட்சியைத் தொந்தரவு செய்தன.

கணவனாலும் தந்தையாலும் இவ்வளவு தூரம் தொந்தரவுகளை சந்திக்க நேர்ந்த பின்னரும் அவள் உயிரோடு இருக்கிறாள் என்பது அவனது ஆச்சரியங்களின் தீவிரத்தை கூட்டிக்கொண்டே இருந்தது.

ஆனால் அவளோ, அந்த ஆச்சரியத் தன்மைகள் அனைத்தும் தனது வாழ்க்கையின் யதார்த்தங்கள்தானென்று கூறினாள்.

கதை நாயகன்தான் நந்தன் என்று மற்றொரு முறை அவள் சொல்லி இருந்ததும் நினைவலைகளிலிருந்து மறைந்திருக்கவில்லை. எனவேதான் அவனும் இந்தப் புண்பட்ட பெண் இதயத்தைத் தொட முயற்சி செய்தான்.

"இல்லை... நந்தன் ஒருபோதும் குடிகாரனாக இருந்தது கிடையாது. அலுவலக சம்பந்தமான பார்ட்டிகளில்கூட ஒரு பீருக்கு மேல் அவன் ருசி பார்த்தது கிடையாது."

கடந்த பல வருடத்து நட்பில் அவன் வழக்கமாகக் கேட்கும் பல கேள்விகளில் ஒன்றாகத்தான் அவள் இதையும் நினைத்தாள். அவளது இதய புத்தகத்தின் ஒவ்வொரு பக்கத்தையும் அவன் புரட்டிப் பார்த்துக்கொண்டிருப்பதை அவள் கவனிக்கவில்லை. பக்கங்களிலிருந்து வார்த்தைகளுக்கும் வார்த்தைகளிலிருந்து எழுத்துகளுக்கும் இதயம் சுருங்கும்போது வாழ்க்கையின் சில சித்திரங்கள் அவனுக்கு முன்னே விரிந்து வந்தது. வாழ்க்கை அனுபவங்கள் கதைகளாக மாறும்போது அதிசயத்தன்மையும், நம்ப முடியாத விஷயங்களும் இடைச் செருகல்களாக வரும் என்பது இயல்புதான்.

"ஆனாலும் அவன் மிகவும் மோசமானவன் ராமா. அவனோடு ஒருபோதும் ஒத்துப்போக முடியாது."

அதைச் சொல்லும்போது அவளது கண்களில் நெருப்போ, வெளிச்சமோ இருக்கவில்லை. எந்தவிதமான உணர்ச்சிகளையும் வெளிப்படையாகக் காட்டும் தன்மையற்ற இவளின் படைப்புகள்

மட்டும் எப்படி இத்தனை பாவனைகளை வெளிப்படுத்துகின்றன என்று பல நேரங்களில் அவன் சிந்தித்ததுண்டு.

இவளின் முடிவுகளால் அனாதையாக்கப்படப் போகும் அவளுடைய மகன் தப்பூவை நினைத்துத்தான் அவன் இப்படி ஒரு முயற்சியில் இறங்கினான். நான்கு மாதங்கள் முன்பு அவளது அம்மாவும், தப்பூவும் விசிட்டிங் விசாவில் வந்து சேர்ந்தபோதுதான் அவனை முதல் முறையாக ராமகிருஷ்ணன் பார்த்திருந்தான்.

"மாமா, நாம் ஹைடு அண்ட் சீக் விளையாடுவோம்" என்று கூறி புத்தகக்கடையின் அலமாரிகளுக்குள்ளே அவன் மறைந்துகொண்டான். அன்று அவனுடன் ராமகிருஷ்ணன் வெகு நேரம் விளையாடினான். கிட் காட்டினை இரசித்துச் சாப்பிட்டபடி,

"மாமா கூட விளையாட நான் மறுபடியும் வருவேன்" என்று கூறியபடியே அவன் அன்று சென்றான்.

மழலை மாறாத, குழந்தைத் தனமான அவனது பேச்சுகளைக் கேட்டுக்கொண்டே இருக்க வேண்டும்போல இருந்தது. ஊருக்கு திரும்பும் முன்னதாக மீண்டும் ஒருமுறை அவனை புத்தகக்கடைக்கு கூட்டிக்கொண்டு வா என்று சுசலாவிடம் கேட்டிருந்தான். ஆனால் அவள் அதைக் கண்டுகொள்ளவே இல்லை.

கிட் காட் வாங்க மிட்டாய் கடைக்குச் செல்லும்போதுதான் அவன் சொன்னான் "அடுத்தமுறை நாம் யானையும், யானைப்பாகனும் விளையாடுவோம், மாமா. நானும் அப்பாவும் அதுதான் விளையாடுவோம்."

இதயத்துக்குள் ஒரு அம்பு வேகமாகப் பாய்வதுபோல் தோன்றியது. தப்பூ அவனுடைய அப்பாவைப் பார்த்து வெகு நாட்கள் ஆகிவிட்டது என்பது அவனுக்குத் தெரியும். அதனால்தான் அவன் அவனிடம் அப்பாவைக் குறித்து எதுவும் கேட்காமல் இருந்தான்.

"நானும் அப்பாவும் என்னெல்லாம் விளையாடுவோம் தெரியுமா? ஹைட் அண்ட் சீக், யானையும் யானைப்பாகனும், என்.பி.எ.டி... இப்படி நிறைய விளையாட்டுகள்."

பாலைவனம் வெந்துருகியது போன்றதொரு பெருமூச்சு அப்போது அவனிடமிருந்து வெளிப்பட்டது. சுற்றுப்புறத்தில்

உள்ள அனைத்தும் சாம்பலாகிப் போய்விடும் அளவுக்கு வெப்பமானப் பெருமூச்சு.

"தப்பூவுக்கு அப்பாவை பார்க்க வேண்டாமா?" அவனையறியாமல் அப்படி ஒரு கேள்வி ராமகிருஷ்ணனிடமிருந்து வெளிப்பட்டது.

"அம்மாவுக்கு அப்பாவைப் பிடிக்கவே இல்லை. அப்பாவிடம் பேசக்கூடாது என்று அம்மா சொல்லியிருக்கிறாள்."

பதில் ஏதும் கூறாமல் இரண்டு கைகளிலும் கிட் காட்டை வாங்கிக் கொடுத்து வெளியே வரும்போதுதான் அவன் மீண்டும் கேட்டான்;

"மாமா எனக்கு அப்பாவைக் காட்டுவாயா? அப்பா மஸ்கட்டில்தான் இருக்கார்."

இரண்டு கைகளிலும் அவனை வாரியெடுத்து ஆகாயத்துக்கு உயர்த்தி தொப்புளில் முத்தம் கொடுத்து அவனை கூச்சமடையச் செய்யவே, நீரோடை சலசலப்பதுபோல சிரித்தபடி அவன் அவனை கீழே இறக்கச் சொன்னான். இந்த விளையாட்டுகளின் நடுவில் அவனும் அப்போதைக்கு அவனது அப்பாவை மறந்திருந்தான்.

"அடுத்த வெள்ளிக்கிழமை நான் ஷார்ஜா ஏர்போர்ட்டுக்கு வருகிறேன்."

இன்பாக்ஸில் நந்தனின் பதிலைக் கண்டபோது, குதூகலத்தில் வானத்தின் நட்சத்திரங்களைக் காட்டிலும் கூடுதலான பிரகாசத்துடன் என் மனம் மின்னியது. அவர்களது விசிட்டிங் விசாவின் காலவரை முடிய இன்னும் பத்து நாட்கள்தான் இருந்தன. நந்தன் குறிப்பிட்ட வெள்ளிக்கிழமை அன்றிலிருந்து ஏழாவது நாள். எனவேதான் தன்னால் தப்பூவுக்கு அவனுடைய அப்பாவைக் காட்ட முடியும் என்ற உறுதியை ராமகிருஷ்ணன் அளித்திருந்தான்.

"நந்தன் உன்னை உபத்திரவம் ஏதும் செய்வானா? அடிக்கவோ..?"

"ஏய்! ஏன் ராமா இப்படியெல்லாம் கேட்கிறாய்?" அந்தக் கேள்வியே அவளுக்குப் பிடிக்கவில்லை என்பதை அவளின் முகம் அப்பட்டமாய் காட்டியது.

"நல்ல படிப்பாளி. பண்பாளன். மோசமான ஒரு வார்த்தை கூட அவர் சொல்லியதில்லை. பின்னர் எங்கே அடிதடி."

அவனுடைய கேள்விகளுக்கெல்லாம் ஒரு இலையின் நிழலளவுகூட மறைக்காமல் அவள் கூறும் பதில்கள் அவனை சந்தோஷப்படுத்தியது. அந்த தனிமையில் அபுசஹாராவின் மேஜையில் அவளது நாக்கிலிருந்து வெளிப்பட்டவன், நிச்சயம் அவளின் நாவலில் வெளிப்பட்ட அந்த குரூரமான நந்தன் அல்ல.

வெள்ளிக்கிழமை நந்தன் விமானநிலையத்தில் வந்து இறங்கியதும் இராமகிருஷ்ணன் அவனை நேராக அவள் வசிக்கும் யுனிவெர்சிட்டி ரோடுக்கு அழைத்துச் சென்றான். ஆனால் அவனுக்கு அவள் எந்த கட்டடத்தில் தங்கி இருக்கிறாள் என்று சரியாகத் தெரியாது. சுசலாவின் இரண்டு தொலைபேசி எண்களுக்கும் அழைத்தான், அவை இரண்டுமே அணைத்து வைக்கப்பட்டிருந்தன.

நந்தன் வரும் விபரத்தை இரண்டு நாட்கள் முன்பு அவளிடம் சொல்லி, தப்பூவை அவனுக்குக் காட்டவேண்டும் என்று கேட்டிருந்தான். ஆனால் அவளோ பதிலெதுவும் சொல்லாமல் கனத்த மவுனத்தை உதிர்த்துவிட்டுச் சென்றிருந்தாள்.

“எனக்கு தெரிந்த அளவுக்கு அவளைப் பற்றி உங்களுக்குத் தெரியாதே?”

கொஞ்ச தூரத்தில் பல்கலைக்கழக கட்டடத்தின் மேல் சேர்ந்து பறக்கின்ற பெயர் தெரியாத இரண்டு பறவைகளைப் பார்த்தபடி விரக்தியாக நந்தன் கூறினான். அந்த இரண்டு பறவைகளின் வாடை அரபிக்கடலின் மங்கிய ஆகாயத்தில் வானவில்லை தோற்றுவிப்பதாக நந்தனுக்கு தோன்றியது.

இரண்டு கண்டங்களுக்கு இடையே மெல்லிய நூல்பாலமாகி அது மெதுவாக மேலும் மெலிந்து கடைசியில் அவனது கண்களிலிருந்து காணாமல்போனது. பல்கலைக்கழகத்தின் திறந்த வெளி ஆகாயத்தின் பிற பறவைகளும் அவனது கண்களிலிருந்து விலகி சென்றிருந்தன.

இனியும் இரண்டு நாட்கள் மிச்சமிருக்கின்றன. எப்படியும் தப்பூவை நந்தன் பார்ப்பான். ராமகிருஷ்ணனின் மனது அவனுக்கே நம்பிக்கை கொடுத்துக்கொண்டிருந்தது. ஆனால் அடுத்தடுத்து வந்த இரண்டு நாட்களும்கூட பதிலளிக்கப்படாத அவளுக்கான அவர்களது அழைப்புகளால் கழிந்தது.

நிறுவனத்தின் வேலைப்பளுகளுக்கிடையே வலுக்கட்டாயமாகக் கேட்டு வாங்கிய விடுமுறைகள் வீணாகிப்

போய், திரும்பிப் போகும்போது கண்ணின் மெல்லிய இமைகளுக்குள்ளே நிறைந்து வழிய காத்திருக்கின்ற கண்ணீரைக் கையால் மறைத்தபடி நந்தன் சொன்னான்.

"எனக்கு அவளைப் பற்றித் தெரியும் ராமா... இனி எப்பொழுதும் அவள் எனக்கு தப்பூவைக் காட்டவே மாட்டாள்."

எதற்காக அவள் இப்படி அடம் பிடிக்கிறாள் என்று அவன் கேட்கவில்லை. எல்லாம் மெதுவாக கேட்டு தெரிந்துகொள்ளலாம். அவளுடனான நட்பு இப்போதுதானே துவங்கியிருக்கிறது. சுசலாவோடும் தப்பூவோடும் நந்தன் கண்டிப்பாக வாழ்ந்தே தீருவான். ஒரு திடமான முடிவெடுப்பதைப் போன்று ராமகிருஷ்ணன் தனக்குள்ளேயே சொல்லிக்கொண்டான்

"அவள் சம்மதிப்பாள் என்றால் ஓமானில் உள்ள வேலையை விட்டு விட்டு இங்கே வந்துவிட நான் தயார் ராமா" அவனது வார்த்தைகளில் நம்பிக்கையின் இறக்கை படபடப்பாக அடித்துக்கொண்டிருந்தது.

விமானநிலையத்துக்கு பயணிக்கும் பாதையில், சாலையின் ஓரங்களிலும், நடுவிலும் மகரந்த சேர்க்கைக்காய் யாரோ ஒருவரின் உதவியை எதிர்பார்த்து தனித்து நிற்கும் பேரீச்சை மரங்களுக்கும், குடும்பத்துடன் சேர நண்பனின் உதவியை எதிர்பார்த்து நிற்கும் தன்னுடைய இந்த நிலைக்கும் ஒரு ஒற்றுமை இருப்பது குறித்து அவன் தனக்குள்ளேயே நினைத்துக் கொண்டான்.

"தப்பூவைப் பார்க்காமல் இருக்க முடியவில்லை ராமா" அதற்குமேலும் உணர்ச்சிகளைக் கட்டுப்படுத்த முடியாமல், காரின் டாஷ்போர்டில் முகம் புதைத்து வாய்விட்டு அழுதான்.

"உனக்கு, ஒரு அப்பாவுடைய அன்பு புரிய வேண்டுமானால் பெரியவனாகி நீயும் ஒரு அப்பாவாக ஆக வேண்டும்" அப்பாவுக்கு தன்மேல் கொஞ்சமும் அன்பு இல்லை என்ற புகாருடன் அம்மாவை நெருங்கியபோது அம்மா சொன்ன வார்த்தைகள்தான் அப்போது ராமகிருஷ்ணனின் மனதில் ஓடிவந்தது. அன்று அவனுக்குப் பதினோரு வயது. காரிலிருந்து இறங்கி விமானநிலையத்தின் புறப்பாட்டுப் பகுதியை நோக்கி அவன் செல்லும் வரையிலும் அன்று இருவரும் ஒருவர் முகத்தை ஒருவர் பார்த்துக்கொள்ளவில்லை.

"அவனுக்கு வேறு பெண்களுடன் தொடர்பு இருந்ததா?" பல நேரங்களிலும் மனைவிகள், கணவர்களை கடுமையாக

வெறுப்பதற்கான காரணம் என்பது, மனைவியைத் தாண்டிய மற்ற பெண்களின் மீதான ஈர்ப்புதான். மன்னிக்கவே முடியாத குற்றமாக பெண்கள் இதைத்தான் கருதுகிறார்கள்.

"கடந்த ஒரு வருடமாக நாங்கள் பிரிந்து வாழ்கிறோம். ஒரு பெண்ணைக்கூட அவர் தொட்டிருக்க மாட்டார் என்பதை எனக்கு உறுதிபடக் கூற முடியும்."

"அது ஏன் அவனுக்கு செக்சில் ஈடுபாடு கிடையாதா? எதாவது பிரச்னை?"

அவனது இந்த கேள்விக்கு அவள் உடனடியாக விடையளித்தாள்.

"அய்யே, அப்படியெல்லாம் எதுவுமில்லை. என்னை மட்டும் எதிர் பார்க்கும் மனிதர் அவர்." அவளது பதில்கள் எல்லாமே அவனை திரும்பத் திரும்ப அதிசயிக்க வைத்துக்கொண்டிருந்தன. இவர்கள் பிரிவதற்கான காரணங்களைத் தேடித் தேடி அவன் மீண்டும் மீண்டும் இருட்டுக்குள்தான் தள்ளப்படுகிறான். ஒவ்வொரு விவாகரத்துகளும் அனாதைகளுக்கான புதிய வாசல்களை திறந்துவிடுகிறது என்ற உண்மை, அவன் யோசிக்க யோசிக்க சிறகில்லா பறவையின் தோளிலேறி அவனுக்கு முன்னே வந்து அமர்கிறது.

ஓமானில் வேலை பார்க்கும்போது சுசலாவுக்கு கிடைத்த சம்பளத்திலிருந்து ஒரு பைசாகூட அவன் வாங்கியதில்லை என்று தெரிந்தபோது நந்தன் மேல் பரிதாப உணர்ச்சிக்கு மேலாக மரியாதைதான் ராமகிருஷ்ணனுக்கு உருவானது.

"பின் எதற்காக நீங்கள் பிரிந்திருக்கிறீர்கள் சுசலா?" முகத்தில் தோன்றிய கோபத்தை உடனடியாக அழித்துவிட்டு அவன் கடைசி கேள்வியையும் தொடுத்தான்.

"அவனுக்கு ஒருபோதும் ஒரு பெண்ணின் சுயஅடையாளத்தை அங்கீகரிக்க முடியாது ராமா."

அங்கீகரிக்கப்படாத சுயஅடையாளத்தின் பொருள் தேடி ராமகிருஷ்ணன் சுசலாவுடையவும் நந்தனுடையவும் புரட்டப்பட்ட வாழ்க்கையின் பக்கங்களின் உலர்ந்த எழுத்துகளுக்கு ஈரத்தின் மை கொடுத்தான். நகலெடுக்க முடியாத வாழ்க்கைக்கும் எழுத்துகளுக்கும் இடைப்பட்ட ஒரு வாழ்க்கை அவர் முன்னே நின்றுகொண்டிருந்தது.

* * *

2

"**சு**தந்திரம்" நந்தன் சத்தத்தைக் கடுமையாக்கி சுசலாவுடன் கோபப்பட்டான். "இனியும் என்ன சுதந்திரம் நான் உனக்குத் தரவேண்டும். சொல்" இதைச் சொல்லும்போதே அவனது வார்த்தைகளுக்கு அவள் தடை போட்டாள்.

"நந்தன் எனக்கு எந்த மாதிரி சுதந்திரத்தை கொடுத்திருக்கிறீர்கள். அதை சொல்லுங்கள் முதலில்" அவளது வார்த்தைகள் எப்போதும் போலவே கடுமையாக இருந்தது. நந்தனின் மென்மையான மௌனத்துக்கு மேல் எடுத்து உதறிவிட்ட எழுத்துகளாக இருந்தன அவளின் ஒவ்வொரு வார்த்தையும்.

"நான் உங்களுக்கு மனைவியாக ஆவதற்கு முன் சுதந்திர கருத்துக்கள் உள்ள ஒரு பெண்ணாக இருந்தேன். இப்பொழுது என்னிடமிருந்து அதெல்லாம் பறிபோய்விட்டது" நந்தனை நேருக்கு நேர் பார்க்காமல்தான் அவள் இதைச் சொன்னாள். நந்தனின் கண்களில் காணும் ஈரம் சில நேரங்களில் அவளை அவளின் முடிவுகளிலிருந்து பின்னுக்கு இழுத்து விடுவதுண்டு. முடிவுகளிலிருந்து பின்னுக்குச் செல்வது தன் போன்ற பெண்ணியவாதிகளுக்கு உகந்த செயல் அல்ல. அப்படி நிகழ்ந்தால் நாளை அவள் கேள்வி கேட்கப்படுவாள். தனது வார்த்தைகளும் எழுத்துகளும் விசாரணை செய்யப்படும். தனது சிந்தனைகளோடு சண்டையிடும், கடைசியில்

சுயமாக தவறை ஒப்புக்கொள்ளும் வார்த்தைகள் தனக்கெதிராக குறுக்கு விசாரணை நடத்தும்.

அவள் மீதான நந்தனின் உண்மையான காதலும், அன்பும் இந்த உலகத்தில் யாருக்கும் தெரியாது.

ஆனால் நந்தனின் வாழ்க்கை அல்ல தனது வாழ்க்கை.

அலுவலகம், வீடு, குடும்பம் என குறுகிய வட்டத்துக்குள் இருக்க வேண்டியதல்ல தன் வாழ்க்கை. வரம்புகள் இல்லா சுதந்திர ஆகாயம் தனக்கு சொந்தமாக வேண்டும். அதற்கு இந்த அன்பின் தங்கக் கூண்டிலிருந்து வெளியேறுவது அவசியம்.

ஒரு அன்புக்கும் பந்தத்துக்கும் தன்னை அடிமைப்படுத்த இயலாது. விடுதலை, புகழ் ஆகியவற்றின் வானமே தன் எல்லை. அன்பின் பெயரால் சுய அடையாளத்தை இழக்க வேண்டியவள் அல்ல. பெண்களை முழுவதும் ஆண்களின் கவர்ச்சி வட்டத்துக்குள்ளிருந்து வெளியேற்றி வளமான ஒரு பெண் சமூகத்தை உருவாக்க வேண்டும். அதற்குதான் ஒரு முன் உதாரணம் ஆக வேண்டும். நந்தனின் கலங்கும் கண்களுக்கு முன்னால் சக்தியற்றவளாக மாறக்கூடாது. இதுதான் அவளின் எண்ணம்.

அவளது கடுமையான வார்த்தைகளுக்கு முன்னால் நந்தன் பலமற்றவனாக ஆகிவிடுகிறான். உள்ளே அறையில் ஆரவாரங்களின் தாக்குதல் ஏற்படாமல், களங்கமில்லாமல் தூங்கும் தப்பூவை அவன் வெகு நேரம் பார்த்துக் கொண்டிருந்தான். அவளுடன் அவனும் சென்று விடுவான். அவனில்லாமல் இந்த நான்கு சுவர்களுக்கு மத்தியில் தனிமை தன்னை வாட்டி எடுக்கும். ஐ.டி.யைத் தவிர்த்தால் தனது உலகம் அவன்தான். வளர்ச்சியின் ஒவ்வொரு கட்டத்திலும் கம்ப்யூட்டரின் ஆழங்களுக்கு மட்டுமே அவன் இறங்கிச் சென்றான். வெளிப்புறத்து நட்புகளெல்லாம் கம்ப்யூட்டரின் மின் மொழிகளுக்கு முன்னால் காணாமல் விலகிச் சென்றது.

அலுவலகத்தில்கூட, அவன் கணிப்பொறி மட்டுமே அவனுடைய நண்பன். இது ஒரு கணிப்பொறி வல்லுனரின் பெரிய குறைபாடாக பல நேரங்களில் தோன்றுவதுண்டு. அலுவலக கஸ்டமர் சர்வீசில் இருக்கும் சஹரின் நட்புவட்டத்தின் பரப்பளவு விரிந்து கிடப்பதை பார்க்கும்போது ஆச்சரியமாய்

இருக்கும். எப்படி இவ்வளவு விரைவாக அவன் வார்த்தைகளால் மனிதர்களை தன் நட்புவட்டத்துக்குள் இழுத்துக் கொள்கிறானென்று. ஆங்கிலமும், இந்தியும், அரபியும், உருதுவும், தமிழும் எந்தச் சிரமமுமின்றி நாக்கு நுனியில் நடனம் ஆடும் சஹூரைக் காணும் போதெல்லாம் பொறாமைகொள்வதுண்டு.

அவனுடைய எண்ணங்கள் எல்லாம் மின்னஞ்சல்களில் மட்டுமே வெளிப்படுகின்றன. ஒருவேளை பெரிதாய் பிறருடன் கலந்திருக்காத இந்த சுபாவம்தான் சுசலாவை தன்னிடமிருந்து பிரிக்கிறதோ என்றும் அவன் சிந்தித்ததுண்டு.

இருவரும் இரண்டு வழிகளை தேடிச்சென்றால் அனாதை ஆக்கப்படுவது தப்பூவின் பால்ய, வாலிப காலங்களே ஆகும். வாழ்க்கையை இழக்கப்போவது தப்பூதான். சுசலாவைவிட அழகும் படிப்பும் உள்ளவளுமான தனது வாழ்க்கையில் வரக்கூடும். அவளுக்கும் அதேபோலத்தான். ஆனால் அனாதையாக்கப்படும் அவனது பால்ய காலத்தைத் திருப்பித் தர அவர்கள் இருவருக்கும் இந்த ஜென்மம் மட்டும் போதாது. இதில் அவள் எதை விரும்புகிறாள் என்று தெரியாமல் அவனும் சங்கடத்தில் ஆழ்ந்தான்.

ஃபிளாட்டில் நான்கு சுவர்களுக்குள்ளேயே வாழ்க்கை தீர்ந்து விடுகிறது என்று அவள் புகார் செய்தபோதுதான் நேசனல் பேங்க் ஆஃப் ஓமானில் அவளுக்கு அவன் வேலைக்கு ஏற்பாடு செய்தான். தப்பூவின் தினங்கள் பேபி சிட்டிங்கில் தொலைந்துகொண்டிருந்தது. பணத்துக்காக பிறரை சார்ந்திருப்பது இல்லாமல் போனால்தான் மனிதன் ஏறக்குறைய விடுதலை உணர்ச்சியை அடைவான்.

ஒவ்வொரு மாதமும் அவளது அக்கவுண்டுக்கு வந்து சேரும் ஓமானிய ரியாலின் பெருக்கம் அவளது சந்தோசத்தை மிகைப்படுத்துமென்றுதான் நினைத்தது எவ்வளவு பெரிய தவறென்று நந்தன் புரிந்துகொண்டான். ஆனால் அவள் இத்துடன் திருப்தியடைவதாகத் தெரியவில்லை.

தப்பூவை நினைத்துத்தான் அவள் கவலைப்படுகிறாளோ என்று அவன் முதலில் நினைத்தான். தப்பூவை பேபி சிட்டிங்கில் கொண்டு சென்று விடுவதும் திரும்பக் கூட்டிக்கொண்டு வருவதும் நந்தன்தான். பேபி சிட்டிங்குக்குபோகும்போது பல நேரங்களிலும் அவனது முகம் வாடியமலர்போல கூம்பிவிடுவது

அவனை வேதனைப்படுத்தியது. ஆனால் திரும்பி வரும்போது அவனது முகத்தில் விரியும் புன்னகை அவனைத் தென்றல் காற்றாய் வருடிச் சென்றது.

எட்டு மாத குழந்தையாக இருக்கும்போதே அவனை சுசலாவின் தாய்ப்பாலிலிருந்து பேபி சிட்டிங்கின் புட்டிப்பாலுக்கு கட்டாயமாக மாற்றியதை ஏற்றுக்கொள்ள முடியாமல் அவன் மனம் காயப்பட்டது. எனவே மனதில் உறைந்துபோன அதிருப்தியோடுதான் அவன் அவளுக்கு ஒரு வேலை வாங்கித் தந்தான். ஏனெனில் வேலை அல்லது நாட்டிற்குத் திரும்பிச் செல்லுதல் என்பதே அவளின் அப்போதைய மனநிலையாக இருந்தது. எனவே பணத்தேவைகளுக்காக தன்னைச் சார்ந்திருக்காமல் அவள் சுதந்திரப் பறவையாக இருக்கட்டும் என்று அவன் மனதில் நினைத்தான். ஆனால் அதிலும் அவள் சலிப்படைய இரண்டு வருட காலம்தான் தேவைப்பட்டது. ஐந்து மணிக்கு அலுவலகத்திலிருந்து திரும்பி வந்து சோபாவில் சலனமற்று அமர்ந்திருப்பதைக் காணும்போதே புரிந்துகொள்ளலாம், அவளுக்கு வாழ்க்கை வெறுப்பாக இருக்கிறது என்று.

அவள் திட்டுவது எதுவும் நந்தனை பாதிக்காமல் இருந்தது, தப்பூவின் களங்கமற்ற விளையாட்டுகளை பார்ப்பதனால்தான். அம்மாவின் திருப்தியற்ற மவுனத்தை விட அப்பாவின் குதூகலமான செயல்கள்தான் அவனுக்குப் பிடித்திருந்தது. நந்தன் இல்லாத நேரங்களில் சுசலா மடியில் அலட்சியமாக சொருகி வைத்த பால் பாட்டிலுடன் வெகு சீக்கிரமாக அவன் தூங்கிவிடுவான். அவனுக்கு தூக்கம் அதிகம் என்ற புகாரும்கூட சுசலாவிடம் இருந்தது.

ஒரு மதிய நேரம் கொஞ்சம் அலுப்பாக இருந்ததனால் நந்தன் ஆஃபீசிலிருந்து அரை நாள் விடுப்புப் பெற்று நேராக வீட்டுக்கு வந்தான். மாலையில் போய் தப்பூவைக் கூட்டி வரலாம். கடுமையாக தலைவலி இருக்கிறது எனவே அறையில் வெளிச்சத்தை எல்லாம் அணைத்து நல்ல இருட்டில் ஒரு மணி நேரம் தூங்க வேண்டுமென்று நினைத்துக்கொண்டிருக்கும் வேளையில், ஏதேச்சையாக அவளது டைரியை மேசையில் கண்டான். மற்றொரு நபரின் டைரியை புரட்டிப் பார்க்கும் பழக்கம் அவனிடம் கிடையாது. அது மனைவியுடையதே என்றாலும்கூட எட்டிப் பார்ப்பது தவறுதான்.

கண்களை மேசைமேலிருந்து இழுத்துக்கொண்டான். ஆனால் மனது மீண்டும் எட்டிப் பார்க்கத் தூண்டியது. அவளது மனதை புரிந்துகொள்ள வேண்டும். அவனது இதயம் சத்தமிட்டு சொன்னது. அலட்சியமாக டைரியின் பக்கங்களை புரட்டத் துவங்கினான். அது முழுவதும் கவிதைகளால் நிறைந்திருந்தது.

கவிதைகளைப்பற்றி அவனுக்கு எதுவும் தெரியாது. இது சிறந்ததா இல்லையா என்று எதுவும் தெரியாது. ஆனால் எப்படியும் அது மோசமானதாக இருக்க முடியாதென்று நம்பினான். அவன் இதுவரையில் மலையாளத்தில் கேட்டிராத ஏதேதோ வார்த்தைகள் எல்லாம் அதில் இருந்தது. புரட்டப் புரட்ட தலைவலியும் அலுப்பும் எங்கோ தூரமாக சென்று ஒளிந்துகொண்டன.

கவிதைகளை வாசித்துக்கொண்டிருக்கும் போதே தப்பூவின் நினைவு வர, சென்று வேகமாக அவனை அழைத்துக்கொண்டு வந்தான். அவனுடன் விளையாடிக்கொண்டிருக்கும்போதும் மனம் அவளுடைய கவிதைகளிலேயே இருந்தது.

அவள் எப்போதும் நிம்மதியின்றியும் மௌனமாகவும் காட்சியளிப்பது இதனால்தான் இருக்கவேண்டுமென்று நினைத்தான். அவனுக்குத் தெரிந்தவரை கவிஞர்கள் எப்போதும் நிம்மதியற்றும் பித்துப் பிடித்தவர்கள்போலவும், எப்பொழுதும் அவர்கள் சிந்தனைகளை தூண்டிவிட்டுக்கொண்டும் இருப்பார்கள். இந்த உலகத்தில் உள்ள எதுவும் அவர்களைத் திருப்திப்படுத்துவது இல்லை, உயர் தரமான கவிதைகளைத் தவிர. குடும்பம் வேலை எல்லாமும் அவர்களுக்கு இரண்டாவது மூன்றாவது இடங்களில்தான்.

எழுதியது எதுவும் வெளிச்சம் காணாததால் ஏற்படும் ஏமாற்றமும் ஆதங்கமும் அவளுக்கு இருக்கக்கூடும். வாசித்து கருத்துச் சொல்லக்கூட யாரும் இல்லையே. அலுவலகத்தில் அனைவரும் மொழி அறியாதவர்கள். நட்பு வட்டமும் கிடையாது. மிச்சமாவது இந்த நான்கு சுவர்கள் மட்டுமே. அவர்களது மொழி மௌனம்தான்.

அவன் யோசித்துக்கொண்டிருக்கும்போதே காலிங்க்பெல்லை அழுத்தும் சத்தம் கேட்டது, உள்ளேயிருந்து சாவியை கதவில் செலுத்தியிருந்தபடியால் அவளுக்கு வெளியேயிருந்து கதவை திறக்க இயலவில்லை.

“வாவ், கன்க்ராட்ஸ், டார்லிங்”, கொஞ்சம் முற்போக்காகவும் நியூஜென்னாகவும் இருக்கலாமே என்று நினைத்துத்தான் அவன் இப்படிச் சொன்னது.

“உங்களுக்கு என்ன கிறுக்குப் பிடித்துவிட்டதா?” கடுமையான வெறுப்புணர்ச்சியுடன் அவள் கேட்டாள்.

“ஆமாம், எனக்குக் கிறுக்குத்தான். உன்னுடைய கவிதைகளை வாசித்து பித்துப் பிடித்தவனாகிவிட்டேன். உன்னுடைய வார்த்தைகளின் மயக்கத்திலிருக்கிறேன் நான். எவ்வளவு கருத்துச் செறிவும், ஆழமானதுமாக இருக்கிறது உனது வரிகள்” கவிதைகள் எதையும் ஆழ்ந்து வாசித்திருக்கவில்லை என்றாலும் அவன் அவளை புகழ்ந்துகொண்டே இருந்தான்.

“நீங்கள் என் அனுமதி இல்லாமல் எதற்காக டைரியை பார்த்தீர்கள்? நான் உங்கள் மனைவி மட்டுமே. சுதந்திரமான ஒரு மனுஷி. மற்றவர்களுடைய ரகசியத்தை மதிக்கக்கூடிய குறைந்தபட்ச அறிவாவது இருந்திருக்க வேண்டும்” கோபத்தில் கொந்தளித்தாள்.

அவளது வார்த்தைகள் கோபமூட்டக்கூடியவையாக இருந்தாலும் அவன் மகிழ்ச்சியின் அளவை சற்றும் குறைக்காமல் பேச்சைத் தொடர்ந்தான்.

“நாம் இதை பிரசுரிக்க வேண்டும். நீயே சொல் வெளியீட்டாளர் யார்?”

அவளது தாடையைப் பிடித்து கொஞ்சமும் கலப்படமற்ற புன்னகையை தூவியபடி அவன் கேட்க, அவள் பதில் எதுவும் கூறாமல் இருந்தாள்.

* * *

3

அவளைவிடக் கூடுதல் சந்தோஷம் நிறைந்தவனாக மாறிக்கொண்டிருந்தான் நந்தன். அவன் மனைவி ஒரு கவிஞரின் சிங்காசனத்தை நெருங்கிக் கொண்டிருக்கிறாள். கவிதைகளால் அவள் மரணமில்லாதவள் ஆகிவிடுவாள். எழுத்தாளரின் கணவன் என்ற முறையில் தானும் பெருமை பெறலாம். அவளுக்குள் மறைந்து கிடந்த படைப்பாற்றல், கட்டுகளை உடைத்து வெளியே வருகிறது.

இனி அவளது கவலைகளெல்லாம் விலகிச் சென்றுவிடும். சுதந்திரம் வேண்டும் என்று வாய் ஓயாமல் அவள் சொன்னது, எழுத்தாளரின் சுதந்திரமாகத்தான் இருக்கும். இந்தக் கவிதைகளெல்லாம் டைரியின் தாள்களில் மறைந்திருந்ததனால்தான் அவள் மனநோயாளியைப்போல் ஆகியிருக்கிறாள். அவளுக்குத் தன்னுடன் அன்புதான்; பாசம்தான்; காதல்தான். மற்றவை யாவும் வெறும் தோன்றல்களே என்றவாறு அவன் எண்ணிக்கொண்டிருந்தான்.

நல்ல பிரபலமான நூல் வெளியீட்டாளர்களை அவன் சந்தித்தான். அப்படிப்பட்ட வெளியீட்டாளர்கள் வெளியிட்டால்தான் புத்தகம் வாசகர்களைச் சென்றடையும், இல்லையெனில் அது விற்பனை ஆகாத சரக்காக வீட்டுக்குள்ளே இருந்துபோகக் கூடுமென்பது அவனுக்குத் தெரிந்திருந்தது.

“இது கவிதைப் புத்தகம். விற்பனைக் குறையும். வெளியீட்டுச் செலவு நீங்களே தரவேண்டும்” வெளியீட்டாளர் அப்படிச் சொன்னபோது அவன் மறுப்பெதுவும் சொல்லாமல், அவளுக்குத் தெரியாமல் நாற்பதாயிரம் ரூபாயைக் கொடுத்தான்.

அவளது பிரச்னைகள் எல்லாம் மாற வேண்டும், அவள் விரும்பிய சுதந்திரம் அவளுக்குக் கிடைக்க வேண்டும், அவள் தனதாக வேண்டும். என்றும் தங்களுக்கிடையே இருக்கும் மலராக தப்பூ மலர்ந்திருக்க வேண்டும். இதுமட்டுமே அவன் எண்ணமாக இருந்தது.

அவளை முதல்முறை கண்டபோதிருந்த அதே கவர்ச்சி இப்போதும் அவனுக்கு, அவளிடம் உண்டு. விடுதலையை விரும்பும் அவளது கண்களில் ஒளிர்ந்துகொண்டிருக்கும் காதலைத்தான், அவர்கள் ஃபிளாட்டில் உள்ள நாலு சுவர்களுக்குள்ளே சண்டையிடும்போதும் அவன் பார்த்துக்கொண்டிருப்பான்.

ஒரு ஞாயிற்றுக்கிழமை மதியம். உறவினர் ஒருவரின் திருமணத்தில்தான் முதல் சந்திப்பு நிகழ்ந்தது. பேசாமல் இருக்க முடியவில்லை. சங்கீதம்போல இருந்தது குரல். அப்பொழுது அவள் மாவட்ட வங்கியின் ஹ்யூமன் ரிசோர்ஸ் பிரிவில் பணியாற்றிக்கொண்டிருந்தாள். அதன் பின் ஒவ்வொரு நாளும் கனவில் மட்டுமல்ல நேரிலும் அவளைப் பார்க்க முடிந்தது. தெருக்களில் நடக்கும்போது பார்ப்பவர்கள் முகங்களுக்கெல்லாம் அவளது முகத்தின் சாயல். ஒரு வார கால விடுப்பு முடிந்து ஒமானுக்கு திரும்பிப்போவதற்கு முன்னாக விஷயத்தை அண்ணனிடம் ஒப்படைத்தான். அண்ணன் முரளிதரன், அண்ணன் என்னும் உறவிலிருந்து நண்பன் என்ற உறவுக்கு மாறியிருந்தார். தன் மனக்கதவைத் திறக்கக் கூடிய ஒரே ஒரு இடம். படிக்கும் காலத்திலேயே அப்படித்தான். ஒமானுக்கு வேலைக்கு வரச்சொல்லி நந்தன், அவனுடைய அண்ணனையும் பல முறை அழைத்திருந்தான். ஆனால் அவர் வரவில்லை.

ஆசிரியர் வேலையில் கிடைப்பது போன்ற நிம்மதி வேறு எதிலும் கிடைக்காது என்ற அண்ணனின் பதிலில் மற்றொரு உண்மையும் மறைந்திருந்தது. இரண்டு பேரும் வீட்டில் இல்லை என்றால் அம்மாவின் மூப்புக்கு சுருக்கம் கூடிவிடும் என்று அவர் நினைத்தார்.

விடுமுறை முடிந்து மஸ்கட் வந்து, நான்காவது நாள் அண்ணனின் ஃபோன் வந்தது. எல்லாம் பேசியாகிவிட்டது. அவர்களும் நாயர்தான். எம்.பி.ஏ ஹியுமன் ரிஸோர்ஸ் படித்தது ஹைதராபாத்தில்தான்.

கல்யாணத்திற்கான தேதி முடிவாகி, அதற்கான நாளும் வந்தது. கல்யாணத்துக்கு ஆட்கள் குறைவாகவே வந்திருந்தனர். அவனுக்கான நட்பு வட்டம் மிகக்குறைவு. வந்தவர்கள் அனைவரும் அண்ணனின் நண்பர்களே. ஐ.டி. புரொபஷனின் சிறப்பு இது. பாலி டெக்னிக்கில் படித்தவர்கள் எல்லாம் பல இடங்களில். முதல் நாளே கேட்டுவிட்டாள். கல்யாணத்துக்கு ஆட்கள் குறைவாகவே வந்தார்களே, நண்பர்கள் யாரும் கிடையாதா என்று. அப்போதுதான் யாருடனும் அதிகமாக நட்புக்கொள்ளாமலிருந்தது தப்போ என்று தோன்றியது.

புத்தக வெளியீட்டுக்கு யாரை அழைப்பது என்று சிந்திக்கும்போதும் மனதை அலட்டிய பிரச்னை அதுதான். வாழ்க்கையில் நண்பர்கள் இல்லாதிருப்பது என்றால் தனித்திருப்பது என்றுதான் பொருள். அலுவலகத்தில் ஒன்றோ இரண்டோ மலையாளிகள் உண்டு. அவர்களை அழைக்கலாம். புத்தகம் அடுத்த வாரம்தான் ஊரிலிருந்து வரும்.

“நினைவலைகள்” என்று தலைப்பிட்டிருந்தது.

எதாவது பெயர்பெற்ற கவிஞரைக் கொண்டு வெளியிடச் செய்யலாம், ஆட்கள் வந்துவிடுவார்கள் என்றான் உடன் வேலை பார்க்கும் அலுவலக நண்பன்.

அலுவலக வேலைகளுக்கிடையே சுக்கர்பர்க் வடிவமைத்திருந்த முகநூல் நினைவுக்கு வந்தது. ஓர்க்கூட் போன்ற ஒன்று. ஓர்க்கூட் மறைந்ததற்குப் பின், அப்படியொன்று காணக்கிடைக்கவில்லை. கவிதைகளும் கதைகளும் உடனுக்குடன் அந்தப் பக்கத்தில் இடலாம். வாசகர்களின் கருத்துகளை உடனுக்குடன் தெரிந்துகொள்ளலாம்.

புத்தக வெளியீட்டுக்கான அழைப்பிதழும் கவரும் சேர்த்தே விளம்பரப்படுத்தினால் நிறையப் பேர் தெரிந்துகொள்வார்கள். ரூவி மலையாளி அசோசியேசனில் வைத்து நடப்பதாக குறிப்பிடலாம். இரவில் அவளிடம் சொன்னான். அக்கௌன்ட் துவங்க அவளுக்குத் தெரியாதாம். நந்தனே அவளுக்கு உதவினான்.

பட்டுச் சேலையுடுத்தி அழகான அவளது ஃபோட்டோவை ப்ரோஃபைள் சித்திரமாக இட்டான்.

முகநூல் நட்பு எவ்வளவு வேகமாக உயர்கிறது என்று அவளே வியந்துபோனாள். இரண்டு நாட்களுக்குப் பின்தான் அழைப்பிதழும் புத்தக அட்டையும் அப் லோட் செய்தார்கள். ஒரு இரவிலேயே வாழ்த்துகளும் பாராட்டுகளும் வந்து குவிந்தன. அசோசியேசன் ஹால் நிரம்பிவிடும் என்று அவன் நினைத்தான்.

அவளது நட்புவட்டத்தின் பெருக்கம் கண்டு நந்தனுக்கு பொறாமை தோன்றாமல் இருக்கவில்லை. அப்போதுதான் புத்தக அட்டையை அவன் கவனித்தான். நினைவலைகளுக்கு கீழே அவளது பெயர் சுசலா நாராயணன்.

இதயத்தை அறுத்தெடுக்கும் வலி. கோடாரியால் கொத்துவது போல. அவளிடம் கேட்காமல் இருக்க முடியவில்லை. அவளது பதில்தான் தன் இதயத்தை இரத்தமில்லாத சதை பிண்டமாக மாற்றியது.

“சுசலா நந்தன் என்ற பெயரை இட்டால், நீங்கள் என்னை விட்டு விலகி செல்லும்போது பெயரை மாற்ற வேண்டியது வராதா? அப்பாவுடனான பந்தம் வெட்டிவிட முடியாததாயிற்றே.?”

வாயிலிருந்து ஈரமெல்லாம் வற்றிப்போனது. வார்த்தைகள் அங்கேயே உறைந்துபோனது. கண்களில் யாரோ சாயத் தூளை தூவியதுபோல... சுற்றும் நடக்கும் காட்சிகள் ஏதோ படுதாவுக்குப் பின்னால் மறைந்துவிட்டது... அவள் முகநூலில் வந்த கமெண்டுகளுக்கு பதில் அனுப்பிக்கொண்டிருந்தாள்.

“நந்தன், ரூவியில் உள்ள அனைத்து மலையாளிகளும் வருவார்கள்” ஒன்றுமே தெரியாததுபோல அவள் சொன்னாள்.

அவளது பக்குவமில்லாத வயதுதான் அவளை அப்படி சொல்ல வைத்தது என்று அவன் நினைத்தான். கள்ளம் கபடமற்றவள். சிறு பிள்ளைகளின் தவறு என்பதுபோல நந்தன் மன்னித்தான். சகித்துக்கொண்டான். புத்தக வெளியீட்டின் வேலைகளுக்குள்ளே தானாகவே இறங்கினான்.

அவள் தனியாக என்ன செய்வாள்? எல்லா விஷயங்களுக்கும் தானே இருக்க வேண்டும். இல்லாத ஒரு அக்கறை அவன்

மனதுக்குள் குறுக்கும் நெடுக்குமாக பாய்ந்தது. ஹால் முழுவதும் இளைஞர்கள். பெண்களின் எண்ணிக்கை மிகவும் குறைவு. முகநூலின் அழகியல் விஞ்ஞானத்தின் இரைகள். சிதைந்த இதயமுடைய மனித உருவங்கள்.

நந்தன் வந்தவர்களுக்கு தேநீரும் தண்ணீரும் கொடுத்தபடி வலம் வந்தான். சுசலா மனதில் ஆனந்தம் நிறைய மேடையில் முன் வரிசையில் நடுநாயகமாக அமர்ந்திருந்தாள். அவளது உதடுகளில் கூட்டத்தினருக்கான மலர்ந்த புன்னகை. அவளது மன எண்ணங்களை வெளிக்காட்டாத புன்னகை. அவளது கவிதைகளைப்போலவே, இதையும் நமது விருப்பத்துக்கு தகுந்தாற்போல அர்த்தம் எடுத்துக்கொள்ளலாம்.

கடைசியாக இளைஞர்கள் அனைவரும் அவளுடன் சேர்ந்து நின்று செல்ஃபியின் சங்கிலி அமைத்தனர். அவையெல்லாம் முகநூலில் உயிர் பெற வேண்டியவை. இருநூறு காப்பிகள் ஊரிலிருந்து கொண்டு வந்தனர். ஒண்ணரை ரியாலுக்கு எல்லாம் விற்றுத் தீர்ந்தன.

"சுதந்திரத்துக்கு எல்லைகள் கிடையாது நந்தன். எனக்கு போக வேண்டும். எல்லைகள் இல்லாத ஆகாயத்துக்கு. உங்களுக்கு தெரியாதா, நான் ஒரு ஃபெமினிஸ்ட் என்று" சுய அடையாளம், ஃபெமினிசம். இவள் என்னென்னவோ சொல்கிறாள். அவனுக்குத்தான் ஒன்றும் புரியவில்லை. நந்தன் தனது இரண்டு கைகளையும் தலை முடிக்குள் கொடுத்து தேய்த்துக்கொண்டான்.

* * *

4

"அண்ணே, என்னால முடியல. அவளுக்குப் போகணுமாம். அவ போகணும்னா போகட்டும். ஆனா தப்பூ எனக்கு வேணும் அண்ணா!"

"நந்தா, சின்னக் குழந்தைகளை அம்மா கூடத்தான் நீதிமன்றம் அனுப்பும். நாம எதுவானாலும், இப்போது நீதிமன்றத்தையும் சட்டத்தையும் பார்க்க வேண்டாம். தற்போது அவளை ஊருக்கு அனுப்பி வை. அங்கே அவளுக்கு எதாவது பிரச்னையாக இருக்கலாம். ஊருக்கு வந்து கொஞ்ச நாள் சென்றால் எல்லாம் சரியாகிவிடும்."

அவளுக்கு அப்படி என்ன மனக்கவலை என்று அண்ணன் கூறுகிறார். ஆஃபீஸில் வேலை, அதற்குப் பின் கலை இலக்கியப் பணி. மலையாள மக்களிடம் தொடர்பு என்று நிறைந்து நிற்கிறாளே? அண்ணனின் முடிவுகளை ஏற்றுக்கொள்வதுதான் அவனது வழக்கம். அண்ணன் முரளிதரனின் பக்குவமான முடிவுகள் என்றும் சரியானதாக இருக்கும் என்ற திடமான நம்பிக்கை அவனுக்கு உண்டு.

மொபைல் ஃபோனின் திரையில் இருப்பது தப்பூவின் படம்தான்.

"தப்பூ, அப்பாவுக்கு மேல் வலிக்கிறது. மிதித்து விடு."

குப்புறப் படுத்து முதுகைக் காட்டுவான். தப்பூ மேலே ஏறி நடப்பான். கீழேயும் மேலேயும். அதுதான் அவனின் திரும்புதல்.

நந்தனும் தப்பூவும் சில நேரங்களில் கரோக்கி பாடுவதுண்டு. வீட்டிலிருக்கும் மைக்கில் நந்தன் பாடும் சில நாட்டுப்புறப் பாடல்களுக்கு அவன் அறை முழுவதும் நடனமாடுவான் .

கடந்த ஆண்டு ஓணத்துக்குத்தான் அவன் முதல் முறையாக சிறிய வேஷ்டி கட்டினான். சிவப்பு சில்க் சட்டையில் அழகாக அன்று மலர்ந்த மலர் போன்று சிரித்துக்கொண்டே இருந்தான்.

எல்லா நாளும் மாலை நேரம் தப்பூவும் அவனும் நடக்கச் செல்வார்கள். முகநூல் நண்பர்களின் கருத்துகளுக்கு பதில் தரவும், ஸ்டாட்டஸ் அப்டேட் செய்யவும் அந்த நேரம் அவளுக்கு உதவுமென்றபோதும் சுசலா அவர்கள் வாக்கிங் போவதை விரும்பவில்லை.

நந்தனுடன் தப்பூ மனதளவில் நெருங்குவது அவளுக்குப் பிடிக்கவில்லை. ஆனால் தப்பூவுக்கு அப்பாவிடம்தான் கூடுதல் பிரியம். அவனுடன் நடக்கவும் பாட்டுப்பாடவும் உடன் உறங்கவும் அவனை படிக்கச் செய்யவும் எப்பொழுதும் உடனிருந்தது நந்தன் மட்டும்தான். வெளியே நட்பு எதுவும் இல்லாதிருந்த நந்தனுக்கு இதயத்தில் பதிந்த நண்பனுமாக இருந்தான் தப்பூ. கவிதைகளிலும் முகநூல்களிலும் கிடைக்கும் வாழ்க்கையின் மயக்கத்தில் இருக்கும் சுசலாவுடன் மனதளவில் நெருங்க தப்பூவுக்கு இயலவில்லை.

முகநூலின் பக்கங்களில் அவனுடன் இருக்கும் வண்ணப்படங்களை அப்லோட் செய்துகொண்டு அவள் அன்பைக் காட்டினாள். சில நேரங்களில் உணர்ச்சிகரமான ஓரிரு வரிகளையும் அத்துடன் இணைத்தாள். அம்மா, மகன், கணவன் போன்ற உறவுகள் எல்லாம் மாறியும் மறைந்தும் வந்தது. அவளுக்கு மகனோடிருந்த அன்பை முகநூல் வாயிலாகப் படித்து அவளுடன் தொடர்புகொண்டவர்களின் மனம் புண்பட்டது.

கடந்த அக்டோபரில் வந்த அவனது மூன்றாவது பிறந்த நாளின் நினைவுகள் நந்தனின் மனதுக்குள் வந்தன. பிறந்தநாளும் வெள்ளிக்கிழமையும் ஒரே நாளில் வந்தது நந்தனுக்கு சந்தோசத்தைக் கொடுத்தது. ஆனால் சுசலாவுக்கு காலையில் ஒரு கவிதைப் பட்டறை இருந்தது. அதற்குப் போக வேண்டும். மதியம் வந்து விடுவாள் என்றுதான் நினைத்தான். கீழேயிருந்த ஹோட்டலில் மட்டன் பிரியாணிக்கு ஆர்டர் செய்தான்.

முதல் நாள் அவன் கொண்டு வந்திருந்த அலங்காரப் பொருட்களையும் பலூனையும் நந்தனும் தப்பூவுமாகச் சேர்ந்து

சுவர்களில் ஒட்டினர். நான்கு மணிக்கு கேக் வெட்டுவது என்று முடிவு செய்திருந்தார்கள்.

"நந்தன், அசோசியேசனில் பி.கே வருகிறார். நான் அங்கு செல்கிறேன். நீங்கள் துவங்கிக்கொள்ளுங்கள்." மொபைலில் மெசேஜ் வந்ததை தப்பூவிடம் கூறவில்லை. கவலையின் கசப்பு மருந்தை அவன் உதட்டிலும் இப்போதே ஏன் கொடுக்க வேண்டும். இரண்டு பக்கமுமாக அன்பின் றெக்கைகளை விரித்து நிற்கும் அம்மா–அப்பா பறவைகளுக்கு ஊடே நின்று கேக் வெட்ட வேண்டும் என்பது அவனது ஆசை.

சுவரிலிருக்கும் காலிங்பெல் சத்தத்துக்காகவே ஏங்கிக் கொண்டிருந்தான் தப்பூ.

"நல்லா டிராபிக்காக இருக்கும் மகனே."

"அப்பா, கூப்பிட்டுப் பார்" நிகழ்ச்சிக்கிடையே ஃபோன் செய்தால் கோபப்படுவாள் என்று தெரியுமென்பதால் அவன் பேசாமல் இருந்தான்.

நான்கு சுவர்களைச் சாட்சியாக வைத்து நந்தனும் தப்பூவும் அவனது பிறந்தநாளைக் கொண்டாடினர். ஃபோட்டோ எடுக்க யாரும் இல்லாததால் அது எடுக்கவில்லை என்று நினைவுக்கு வந்தது கடைசியில்தான். மிச்சமிருந்த கேக்குகளுக்கிடையே நின்று ஒரு ஷெல்பி எடுத்து அதை அவளுக்கு வாட்ஸ்அப் செய்தான் நந்தன்.

ஒரு ஃபோட்டோ முகநூல் வழியாக ஷேர் செய்ய வேண்டும் என்பது அவனது ஆசையாக இருந்தது. அதனால்தான் அவன் தனது பக்கத்தில் அதை அப்லோடு செய்தது.

தூங்கப் போகும்போது அவன் கேட்டான்: "அம்மாவின் போஸ்டுக்கு நிறைய லைக் கிடைக்குமே! அப்பாவுக்கு எதுவும் இருக்காதே?" அவன் சந்தேகத்தை மறைத்து வைக்கவில்லை.

"அம்மா கவிஞர் அல்லவா? ஃபேமஸ் அல்லவா" அவனது கன்னத்தில் முத்தமிட்டபடி அவன் சொன்னான்.

காக்கா ஏன் கருப்பாக இருக்கிறது என்று கேட்கும் வயது. பெரியவர்கள் சொல்லித் தருவதுதான் அவர்களுக்கு அறிவு. அவன் தப்பாக எதுவும் மகனுக்குச் சொல்லிக் கொடுக்கவில்லை. சுசலாவைப் பற்றிக்கூட நல்லது மட்டுமே அவன் சொல்லிக் கொடுத்தான்.

இரவு லேட்டாகத்தான் சுசலா வந்தாள். தப்பூ அந்த நேரம் தூங்கி இருந்தான். மிச்சமிருந்த கேக்கிலிருந்து கொஞ்சமெடுத்து அவள் சாப்பிட்டாள். அவளுக்காக எடுத்து வைத்திருந்த மட்டன் பிரியாணியை எடுத்து ஃபிரிட்ஜூக்குள் சொருகினாள்.

உறங்கிக் கிடக்கும் தப்பூவின் ஃபோட்டோ எடுத்து முகநூலுக்குள் இட்டாள். வெளிநாட்டின் வேலைப் பளு. சுரண்டலுக்கு பலியாகும் பெண்ணுடல். மூன்று வயதே ஆன மகனின் பிறந்தநாள் விழாவில்கூட பங்கு பெற இயலாத ஒரு அம்மாவின் காயம்பட்ட இதயம். வெளி நாட்டில் வசிப்பதனால் ஏற்படும் துயரங்கள். மகனின் பிறந்தநாள் அன்றுகூட மனைவியை வேலைக்கு அனுப்பும் அன்பற்ற கணவன்.

முகநூலின் பக்கங்கள் நிறைந்துவிட்டன. ஷேர்களும் லைக்குகளும் போட்டிப் போட்டு கூடிக்கொண்டே வந்தன. கமென்ட்களுக்கெல்லாம் விழித்திருந்து பதில் அனுப்பிக்கொண்டிருந்தாள். வேதனைப்படும் தாயின் பதில்கள். முகநூலில் நந்தனை பிளாக் செய்திருந்ததால் இது எதுவும் அவனுக்குத் தெரியவில்லை. அவனுக்குத் தெரியாமல் அவன் பொறுப்பற்ற, கோபக்கார, கொடூரமானவனாக மாறிக்கொண்டிருந்தான்.

விடிகாலை இரண்டு மணிக்குத்தான் ஓமன் ஏர் விமானம். இரண்டு நாட்களுக்கு முன்புதான் அவள் ராஜினாமா செய்திருந்தாள். வாய்ப்புகளை ஏன் இழக்கிறீர்கள் என்று வங்கி மேலாளர் ஆச்சரியப்பட்டார்.

டாக்ஸியில்தான் அவர்கள் ஏர்போர்ட்டுக்கு போனார்கள். கார் ஓட்டாமல் இருந்தால் அந்த நேரத்துக்காவது அவனை மடியில் வைத்திருக்கலாமே என்று அவன் நினைத்தான்.

“பெண்ணே! ரெண்டோ மூணோ மாதம் நீ ஊரில் போய் இரு .அங்குள்ள சூழ்நிலை உன்னை மாற்றிவிடும். அப்போது நானும் அங்கே வருகிறேன்.”

அவள் பதில் ஏதும் கூறவில்லை. வேகமாக, தப்பூவின் கை பிடித்து, ட்ராலியைத் தள்ளியபடி போர்டிங் கவுன்ட்டருக்கு நடந்து சென்றாள். தப்பூ திரும்பிப் பார்த்தபடி அழுதுகொண்டிருந்தான். கண்ணிலிருந்து மறையும் மனைவியையும் மகனையும் பார்த்து பெருமூச்சு விட மட்டுமே அவனுக்கு முடிந்தது.

* * *

5

வெளியே முற்றத்தை பார்த்துக் காறி உமிழ்ந்த, நாராயணன் நாயரின் கோபம் எல்லை தாண்டியது. யாரிடம் தன் கவலைகளை கூறுவதென்று அவருக்குத் தெரியவில்லை. இந்தக் கவலைகள் எல்லாம் உள்ளே இருந்து இறுகி கடும் கோபமாக உருமாறுகிறது. இந்தக் கோபத்தை திரவமாக்கவோ ஆவியாக்கவோ இயலாது.

அவளது ஆசைகளுக்கு குறுக்காக இதுவரை நின்றது கிடையாது. அவர் யாருமில்லாத இடத்தில் நிலைப்படியில் அமர்ந்து சத்தமாக சொல்லிக்கொண்டிருந்தார்.

கண்ணூரில் உள்ள காலேஜ் எதுவும் சரிப்படாது என்று அவளே பட்டம் படிக்க ஹைதராபாத்தை தேர்வு செய்தாள். வெகு தூரம் பெரிய நகரத்துக்கு மகளை தனியாக படிக்க அனுப்புவதில் அவருக்குக் கவலை இருந்தது. எஸ்.என் காலேஜிலும் ப்ரண்ணன் காலேஜிலும் அட்மிஷன் கிடைத்திருந்தது. ராஜீவ் காந்தி இன்ஸ்டிடியூட்டில் ப்ராஸ்பெக்ட்டஸ் வாங்கியதோ அல்லது விண்ணப்பம் கொடுத்ததோ எதுவுமே அவருக்குத் தெரியாது.

வேண்டாம் என்று எவ்வளவோ சொல்லிப் பார்த்தார். கேட்கவில்லை. பானுவும் சொல்லிப் பார்த்தாள். ஆனால், சிறு வயதிலிருந்தே அவளுடைய பேச்சுகளுக்கு சம்மதித்து விடுவது பானுமதியின் வழக்கமாக இருந்தது. அன்பை

வெளிப்படுத்தத் தெரியாதது தனது குற்றமில்லையே? கல்யாணம் வெளிநாட்டுப் பயணம் எதற்கும் அவளது விருப்பத்துக்கு எதிராக எதுவுமே செய்தது கிடையாது. ஆனால் இப்போது மிக மோசமான செயலாக கணவனைத் தூக்கி எறிந்துவிட்டு வந்திருக்கிறாள்.

நந்தனை தனக்குத் தெரியும். சத்தமாக ஒரு வார்த்தைகூட பேசத் தெரியாத இளைஞன். அவள் விமானம் ஏறிய உடனேயே அவன் ஃபோனில் அழைத்திருந்தான்.

"அப்பா, சுசலாவையும் தப்பூவையும் போய் அழைத்துக் கொள்ளுங்கள். காலை 7.30 மணிக்கு கோழிக்கோடு விமான நிலையத்துக்கு வந்து விடுவாள்.

அவளுடைய தம்பி, ஜிதேஷ்தான் ஏர் போர்ட்டுக்கு சென்றான். அக்காவும் தப்பூவும் வருவதைக் கேட்டு சந்தோஷப்பட்டான் ஆனால் இது மச்சானை விட்டு விட்டு வருவதென்பது... அவன் மனது கவலைப்பட்டது. என்ன காரணத்தால் அவளுக்கு மச்சானோடு ஒத்துப் போக முடியவில்லை என்று சிந்தித்ததில் அவனுக்கு ஒன்றும் விளங்கவில்லை. கணவன் மனைவிக்கிடையே மட்டும் மறைந்து கிடக்கும் ஏதோ காரணமாக இருக்கலாம். அவன் நினைத்துக்கொண்டான்.

அவள் தன்னுடன் சண்டையிடும்போதெல்லாம் நந்தன், அண்ணன் முரளியிடம் முறையிடுவதுபோல நாராயணன் நாயரிடமும் முறையிடுவது உண்டு.

அவள் வெளிநாட்டிலிருந்து புறப்பட்ட உடன்தான் அவன் ஒரு இளைஞனின் கவலையோடு நாராயணன் நாயரிடம் டெலிபோனில் சொன்னது; "எனக்கு தப்பூவைப் பிரிஞ்சு இருக்க முடியாது அப்பா."

பதில் ஏதும் கூறாமல் மௌனமாக இருக்கத்தான் அவருக்கு முடிந்தது.

அவளாக யாருக்கும் தெரியப்படுத்தவில்லை. தானாக வீட்டுக்கு வந்து சேர விரும்பினாள்.

அல்லது வாடகைக்கு வீடு எடுத்துத் தங்கி விடலாமா? என்று யோசித்திருப்பாள். யாருக்குத் தெரியும். கோபம் அவர் மனதை நிறைத்திருந்தது. அவள் வீட்டுக்கு வரும்போது முகத்தில் காறித் துப்பத்தான் தோன்றியது.

ஆனால் கபடமில்லாத தப்பூவின் முகம் கண்டதும் கோபமெல்லாம் உருகிப்போனது.

"அம்மாவுக்கு அப்பாவை வேண்டாமாம் தாத்தா" வாரியெடுத்து முத்தம் கொடுக்கும்போது ரகசியமாக தாத்தாவின் காதில் அவன் கூறினான்.

"அப்பா பாவம் தாத்தா."

"நாம அப்பாவை இங்கே கொண்டு வருவோம். சரியா?" "ப்ராமிஸ்" அவன் கையை மல்லாக்கக் காட்டினான். அவர் அவன் கையில் மெதுவாக அடித்தார். உடனே ஜிதேஷ் அவனை வாரியெடுத்து உள்ளே கொண்டுபோனான்.

பானுமதியம்மா எதுவும் கூறாமல் நின்றாள். சுசலாவுக்கும் நாராயணன் நாயருக்கும் இடையே தப்பூ வந்த பின்தான் அவர்களது குடும்ப வீடான 'கூட்டாயிச்சாலில்' உணர்வு பெற்றது. தாத்தா, பாட்டி அழைப்புக்கள் அறைகளின் சுவர்களில் மோதித் திரும்பின.

அப்பாவின் நினைவுகள் அவன் மனதில் நிறையும் போதெல்லாம் அவன் தாத்தாவிடம் ஓடிச்செல்வான்.

"அப்பா எப்போது வருவார் தாத்தா?"

"வருவார்" ஆரம்பத்தில் இதைச் சொல்லும்போது அதற்கு ஒரு வேகமும் துள்ளலும் இருந்தது. நாட்கள் செல்லச் செல்ல அதற்கு உயிரோட்டம் இல்லாமல் ஆயிற்று. பல முறை அவர் சுசலாவிடம் கேட்கத் துடித்தார். அவளது பிரச்னை என்ன என்று.

"அப்பாவுக்குத் தெரியாத பல விசயங்களும் எங்களுக்கிடையே நடக்கிறது."

வார்த்தைகளை கடுமையாக்கி சுசலா சொன்னாள். என்ன அது என்று கேட்க அவர் விரும்பவில்லை. தம்பதிகளுக்கு இடையே இருக்கும் பிரச்னைகளும் வேதனைகளும் வெளியே சொல்ல இயலுமா?

தனிமையில் அவளிடம் கேட்டுத் தெரிந்துகொள்ளும்படி பானுமதியிடம் சொல்லியிருந்தார். பெண் குழந்தைகளின் ரகசியங்கள் காப்பது அம்மாக்கள் தானே? ஆனால் சுசலா

வெள்ளியோடன் | 39

சாதாரணப் பெண்களிலிருந்து மாறுபட்டவள். மனதின் கதவை திறக்கச் செய்வது சிரமம். அவள் அம்மாவுக்கும்கூட. அதனால்தான் அவளது ரகசியங்கள் எல்லாம் அவளுடனேயே இருக்கின்றன. தப்பூவின் கேள்விகளுக்கு முன்னேதான் அவள் சில நேரங்களிலாவது தடுமாறிப் போவாள்.

"ஏன் அம்மா அப்பாவை கல்ஃபில் தனியாக விட்டிருக்கிறோம்?"

அவனுடன் விளையாடும் நேரங்களில் எப்பொழுதோ நந்தன் கூறியிருந்தான்:

"தப்பூவில்லாமல் தனிமை ஏற்பட்டால் எனக்குப் பயமாக இருக்கிறது." அவனது இளம் மனதின் எண்ணங்களில் அந்த வார்த்தைகள் மறக்கப்படாமல் தங்கிவிட்டது. இருப்பது அப்பாவுக்கு பாதுகாப்பு என்று நினைத்தபடி சில நேரங்களில் அவன் மவுனமாகி விடுகிறான். அப்பாவும் தப்பூவும் என்ற ஜோடி சேர்ந்த வாழ்க்கை இரு திசைகளிலாக பிரிந்ததன் கவலை.

தலைச்சேரியில் திருவன்காட்டு கோவிலுக்கு சமீபமாக அமைந்திருக்கும் ரெசிடன்சியல் ஸ்கூலில்தான் அவனுக்கு முதல் வகுப்பு அட்மிஸ்சன் கிடைத்தது. முதல் வகுப்பு அட்மிசன் கிடைப்பது என்பது இன்று மிகவும் கஷ்டமான காரியம். பரீட்சை எழுதி நேர்முகத் தேர்வுக்குப் பின்தான் பள்ளியில் காலடி எடுத்து வைக்க முடியும். சுசலாதான் அதற்காக ஓடித்திரிந்தாள்.

அபினவ். எஸ் என்று அவள் அவன் பெயரை பள்ளியில் கொடுத்தாள். அப்பா எனும் களத்தை நிரப்பாமல் விட்டாள். அவளது முகத்தை வெறித்துப் பார்த்துக்கொண்டிருந்த அலுவலரை கோபமாகத் திரும்பப் பார்த்தபடி அவள் சொன்னது,

"அம்மா நிஜமும் அப்பா கற்பனையும் ஆகும்."

அவன் மறுத்து எதுவும் கூறவில்லை. ஏதோ பெண்கள் முன்னேற்ற அமைப்பைச் சேர்ந்தவளாக இருக்கலாம் என்று அவன் நினைத்தான்.

தப்பூவை வகுப்பில் இருக்க வைத்துவிட்டு வீட்டுக்கு வந்தாள் சுசலா. யாரோ திறந்து போட்டிருந்த வெளிக்

கேட்டை கடந்து அவள் முற்றத்தை அடைந்தாள். பார்வை சரியாகத் தெரியவில்லை.. வாசல் படியில் நிற்கும் இரண்டு மனித உருவங்களில் ஒன்று அப்பாவுடையது. இனியொன்று நந்தனுடயது. இரண்டு பேரும் ஏதோ முக்கியமான விசயத்தைப் பற்றி பேசுகிறார்கள். விஷயம் தன்னைப் பற்றியதாகத்தான் இருக்கும். தூணில் சாய்ந்தபடி இருவருடைய முகங்களையும் மாறி மாறிப் பார்த்தபடி ஜிதேஷும் நிற்கிறான். வாசல் படியில் ஆட்காட்டி விரலை மோவாய்க்குக் கொடுத்தபடி அம்மாவும் இருக்கிறாள்.

* * *

6

தலைச்சேரியில் உள்ள ஆங்கில மீடியம் ரெசிடென்சியல் ஸ்கூல் தப்பூவுக்கு மிகவும் பிடித்துப் போயிற்று. ஓமானில் உள்ள ஸ்கூல் போலவே அவனுக்கு தோன்றியது. அவனுக்கு தனிப்பட்ட ஆசைகள் எதுவும் கிடையாது. பள்ளி எதுவாக இருந்தாலும் நன்றாகப் படிக்க வேண்டும். அம்மா பள்ளிக்காக ஓடித் திரியும்போது அவன் அப்படி நினைத்தான். ஆனால் அம்மாவிடம் அதைச் சொல்லவில்லை. ஒவ்வொரு பள்ளிகளின் நிறைகளையும் குறைகளையும் அவள் திரும்பத் திரும்பக் கூறுவதை அவன் கேட்டுக்கொண்டிருந்தான். எதற்காக அம்மா இந்தப் பள்ளிகளை இப்படி அலசி ஆராய்கிறாள் என்று அவன் நினைத்தான். அனைத்துப் பள்ளிகளிலும் சொல்லித்தரும் பாடங்கள் ஒன்றுதானே?

மஸ்கட்டிலிருந்து இங்கு வருவதற்கு முன்பாகவே அம்மா நண்பர்களை அழைத்து பள்ளியை பற்றிய தகவல்கள் விசாரிப்பதை அவன் கவனித்தான். கடைசியில் அம்மா இங்கு வந்த பிற்பாடுதான் ஒரு பள்ளிக்கூடம் கிடைத்தது. ஜூலை மாதம் என்பதால் அட்மிசன் கிடைக்க சிரமம் ஏற்பட்டது. பாடங்கள் சொல்லித் தர துவங்கிவிட்டதுதான் அதற்குக் காரணம்.

எதாவது அரசு பள்ளியிலோ எய்டட் பள்ளியிலோதான் அட்மிசன் கிடைக்கும். கேரள சிலபஸ். அவளது சில நண்பர்கள் அப்படிச்

சொன்னார்கள். சுசலா மிகவும் வருத்தப்பட்டாள். முதல் வகுப்புப் படிப்பு பாதியில் நின்று போய் விடும். அவனது முகத்தை பார்க்கும்போதெல்லாம் அவளுக்கு கவலை ஏற்பட்டது. முன்னே இருப்பதோ போட்டிகளின் உலகம். அங்கே தன் மகன் பின்னுக்குத் தள்ளி விடப்படக் கூடாது.

இனியும் அவன் வெகு தூரம் பயணிக்க வேண்டியவன் பயணத்தின் துவக்கத்திலேயே தடைக் கற்களை காண்பது அவளது கவலைகளைக் கூட்டியது. வாழ்க்கைப் பயணத்தின் உந்து சக்தியே படிப்புத்தான். அது சரிவரக் கிடைக்கவில்லை என்றால் அவன் வாழ்க்கை அழிவை நோக்கித்தான் முடியும்.

தான் ஒரு எம்.பி.ஏ பட்டதாரி. வெளியே தெரியும் எழுத்தாளர். ஃபெமினிஸ்டும்கூட. சுசலாவின் மகனுக்கு தரமான படிப்பு கிடைக்கவில்லை என்று வெளியே தெரிந்தால் அசிங்கம் தனக்குத்தான். மகன் எங்கே படிக்கிறான் என்ற கேள்விக்குப் பதில் சிறப்பானதாக இல்லை என்றால் அவமானத்தால்தான் தலை குனிய வேண்டியது வரும் என்றும் அதன் பின் மக்களின் மனதில் தனக்கான இடம் இல்லாமல் போய்விடும் என்றும் அவள் ஊகம் செய்தாள். அவன் படிக்கவேண்டியது மலையாளம் அல்ல, ஆங்கிலமேயாகும். வரும் தலைமுறைக்குத் தேவையான மொழி ஆங்கிலம்தான். வெளி நாட்டு வேலை வாய்ப்புத் தொடர்பான விசயங்களில் அவனுக்குத்தான் முதலிடம் கிடைக்க வேண்டும். அதற்கான ஒரே வழி என்பது வெளி நாட்டு உச்சரிப்புடன் கூடிய ஆங்கிலக் கல்வியே ஆகும்.

ஓமானில் எல்.கே.ஜி வகுப்புகள் அவன் ஆங்கிலத்தில் பயின்றிருந்தான். இங்கு ஆங்கிலம் அவனுக்குப் புது மொழியல்ல. மஸ்கட்டில் ஃப்ளாட்டிலும் மால்களிலும் அவள் மகனுடன் ஆங்கிலத்தில் மட்டுமே பேசியிருந்தாள்.

ஆனால் நந்தனோ அவளோடு சேர்ந்து கூட பயணிக்காமல் எதிர் திசையில் நடக்கத் துவங்கினான். அவனது வாயிலிருந்து வெளி வரும் சொற்கள் எல்லாம் நாட்டுப்புறத் தன்மை நிறைந்த மலையாள வார்த்தைகளாக இருந்தன. இதைச் சொல்லி நந்தனுடன் அவள் பல முறை சண்டை இட்டிருக்கிறாள்.

மகனின் எதிர்காலத்தை நாசப்படுத்தும் தந்தை. அப்படித்தான் அவள் கூறுவாள். ஒரு முறை நந்தனிடம் மிகவும் கடுமையாக அவள் சொன்னாள் இது வேண்டாம் என்று.

வெள்ளியோடன் | 43

"நான் சிந்திப்பது மலையாளத்தில்தான். நான் அதே படிதான் பேசுவேன். எனக்கும் அவனுக்கும் இடையே திரை தேவையில்லை." நந்தனும் சத்தமாகச் சொன்னான்.

ஊருக்குச் செல்ல ஒருவாரம் இருக்கும்போது நிகழ்ந்த சம்பவம் இது. மொழியின் விசயத்தில் எந்த விதமான உடன்படிக்கைக்கும் தயாரில்லை என்பதை அவன் திட்டவட்டமாக சொல்லிவிட்டான்.

"ஆங்கிலம் தெரியாத என்னுடைய உறவினர்களுக்கும் அவனிடம் பேசவும் பழகவும் வேண்டும்." அவளது முகத்தை ஏறிட்டுப் பார்க்காமல் அவன் இதை சொன்னான்.

அந்த இரவுதான் ஊருக்குப் போவதற்கான முயற்சிகளில் சுசலா துரிதம் காட்டியது. அந்த இரவுதான் அவளது தூக்கம் விலகிச் சென்றதும். தனது ஆதிக்கம் கைவிட்டுப் போய்விடுமோ என்ற பயம் உருவானதும் அந்த இரவில்தான். இதுவரையிலும் அனுசரித்து நிற்கும் கணவனாகத்தான் நந்தனை அவள் பார்த்திருக்கிறாள். அவன் அவனது அந்த குணத்தை முடிவுக்குக் கொண்டுவர முயலுகிறான். ஆண்மையின் வித்துக்கள் அவனில் முளைக்கத்துவங்கிவிட்டன.

கணவனுக்கும் மனைவிக்கும் சம உரிமைகள் உள்ள ஒரு குடும்பத்தில் முடிவுகள் எடுக்க வேண்டியது ஆணும் பெண்ணும் சேர்ந்து தானே? மகனின் எதிர் கால வாழ்க்கையை நினைத்துத்தானே அவனிடம் ஆங்கிலம் மட்டுமே பேசு என்று அறிவுறுத்தியது? தனது கருத்தை குப்பையில் தூக்கி எறிந்துவிட்டுத்தானே நந்தன் அவனிடம் மலையாளத்தில் மட்டும் பேசுவது? அதுவும் தனி நாட்டுப்புறப் பாணியில். அவனுக்கு ஆங்கிலம் தெரியாமல் இல்லையே? அலுவலகத் தொடர்புக்காக அவன் ஆங்கிலம் பேசுவதைதான் பல முறை பார்த்திருக்கிறேனே? மிகச் சிறந்த ஆக்ஸ்ஃபோர்டு ஆங்கிலம். அவன் தப்பூவிடம் மலையாளத்தில் பேசுகிறான் என்றால் அது மனப்பூர்வமாகத்தான். தன்னோடுள்ள வைராக்கியம். தன்னுடைய முடிவை முறியடிக்க வேண்டும் என்று செயல்படுகிறான். குடும்பத்தில் ஆணுக்குத்தான் முன்னுரிமை என்று காட்டுவதற்கான முயற்சி.

இதற்கு இப்போது விட்டுக்கொடுத்தால் வரும் காலத்தில் தப்பூவின் எல்லா விசயங்களிலும் முடிவெடுப்பது அவனாகவே

இருக்கும். இன்று வரையில் இருந்து வரும் ஆண்களை முன்னிறுத்தும் உலகத்துக்கு ஒரு மாற்றத்தைக் கொண்டுவர வேண்டும். பெண்ணுக்கு முக்கியத்துவம் கொடுக்கும் உலகத்தை படைக்க வேண்டும். இந்த பிரபஞ்சத்துக்கே மையப் புள்ளி பெண்தான். அப்படி இருந்தும் இவர்கள் பெண்களின் வார்த்தைகளை அலட்சியப்படுத்துகிறார்கள்.

சிந்தனைகள் அவளை வேட்டையாடி ஒரு கற்பனை உலகத்துக்குக் கொண்டுபோனது. அவள் படுக்கையிலிருந்து எழுந்தாள். நந்தனைப் பார்த்தாள். தப்பூவையும் பார்த்தாள். இரண்டு பேரும் அழகாகத் தூங்குகிறார்கள். நந்தன் தூங்குவதைத் அவளுக்கு தாங்க முடியவில்லை. தன்னுடைய தூக்கத்தைக் கலைத்தவன் அவனே. ஆனால் அவன் நன்றாக தூங்குகிறான். உள்ளம் கால் முதல் உச்சம் தலை வரை கோபம் ஏறியது. ஒருக்கால் இது நடப்பது கேரளாவாக நாட்டிலாக இருந்தால் அவள் அவனை கழுத்தை நெரித்து கொன்றிருப்பாள். அங்கே சட்டத்தில் ஓட்டைகள் உண்டு, தப்பிசெல்வதற்கு. ஆனால் இந்த அரபு நாடுகளில் அப்படியல்ல. தப்பிப்பது என்பது சிந்தித்துப் பார்க்கக்கூட முடியாது. தனது எழுத்தும் செயல்பாடும் எல்லாம் பாலைவனத்து சிறையிலேயே முடிந்து விடும்.

சுசலா தனது ஆன்டராய்ட் ஃபோனெடுத்து முகநூலுக்கான படிகளில் ஏறினாள். முகநூல் ஸ்டேட்டஸ் புதுப்பித்து பெண்களை விழிப்படையச்செய்ய. சகல ஆண்களுடனும் உள்ள வெறுப்பினை வார்த்தைகளில் மாலை கட்டினாள்.

“ஏய்! பெண்களே,

ஆணுக்கு கொடுக்க இயலும் அனைத்து சுகங்களையும் நமக்கே சுயமாக கொடுக்க முடியும்.

பின் எதற்காக நாம் ஆண்களைக் கண்டு பயப்பட வேண்டும்?

நாம் சுயமாக செக்ஸ் அனுபவிப்போம்.

ஆணிடம் அடிமையாக இருப்பதில் இருந்து விடுதலை பெறுவோம்.”

அதற்கு பின்தான் அவளுக்கு சமாதானமாக உறங்க முடிந்தது. அந்த இரவில்தான் அவள் அவளது விசாவை

ரத்துச் செய்து தப்பூவுடன் ஊருக்குச் செல்ல கடைசியாக முடிவெடுத்தது.

தப்பூவின் ஸ்கூல் அட்மிசனை நினைத்து கவலையுடன் இருக்கும்போதுதான் தலைசேரி முனிசிபல் கவுன்சிலரின் முகம் நினைவுக்கு வந்தது. முகநூல் வாயிலாக தனது காந்த வளையத்துக்குள் சிக்கிக்கொண்ட ஒரு ரசிகன். முகநூலில் இடும் அனைத்துக் கவிதைகளையும் வாசிப்பதுண்டு என்று இன்பாக்சில் மெசேஜ் அனுப்புவார். தேவை என்று நினைக்கும்போது மட்டும் பதில் அனுப்புவாள். ஃபோன் நம்பர் கேட்டு நிமிஷ நேரத்தில் நம்பர் வந்தது. ஓ...என்ன ஒரு வேகம். அவள் நினைத்தாள். எல்லா ஆண்களும் இப்படித்தான். நட்பின் தேரிலேறி பெண்கள் ஆண்களின் பக்கம் ஒரு இன்ச் நகர்ந்தால் அவர்கள் காமம், காதல் ஆகியவற்றின் ஆகாய வண்டியிலேறி மைல்கள் தாண்டி பறந்து வருவார்கள். உதட்டில் ஜொல் வடித்துக்கொண்டு. அவர்கள் எவ்வளவு உயர்ந்தவர்களானாலும் சரிதான்.

அசிங்கமான மிருகங்கள். ஆண்கள் அளவுக்கு மோசமான பிற விலங்குகள் இந்த உலகில் இல்லை என்று அவள் நினைத்தாள். ஆனால் உலகம் அவர்களது கைகளில் தானிருக்கிறது. அது துவங்கிய காலம் முதலே அப்படித்தான். எல்லா விசயங்களுக்கும் பெண்கள் அவர்கள் பின்னாலேயே செல்லவேண்டும். குடும்பத்திலும் சமூகத்திலும் அடிமைதான். இப்படியெல்லாம் அவள் சிந்தித்தபோதும் கவுன்சிலரை அழைத்துத் தேவையைச் சொன்னாள். மகனுக்கு அட்மிசன் வேண்டும் ஒண்ணாவது வகுப்பில். விஷயம் எளிமையாகவும் வேகமாகவும் முன்னேறியது..

ஊருக்கு வந்தவுடன் அட்மிசன் வாங்கித் தருகிறேன் என்று உறுதியளித்தார். ஆண்களை முதன்மைப்படுத்திய அரசியல்வாதிகளின் செல்வாக்கை நினைத்து அவள் வியந்தாள். மக்களாட்சியின் தனித்தன்மை இது. பொதுப் பணி செய்பவர்கள் மேலாளர்கள் ஆகும் நிலைமை. இந்த மேலாண்மைத்தனம் ஒருபோதும் இல்லாமல் போவதில்லை. ஒருவரிடமிருந்து இன்னொருவருக்கு அது பயணித்துக்கொண்டே இருக்கிறது. உயர் சாதியினரிடமிருந்தும் பிரபுக்களிடமிருந்தும் தற்போது அரசியல் மேலாளர்களிடம். காலம் கொண்டு வந்த மாற்றங்கள். அவ்வளவுதான்.

முதல் நாள் பள்ளியில் விட்டு விட்டு அம்மா போனதும் தப்பூவுக்கு கொஞ்சம் சங்கடமாயிருந்தது. எல்லோரும் புதியவர்கள். கிளாஸ் டீச்சர் தப்பூவை எல்லோருக்கும் அறிமுகம் செய்தார். கல்ப் நாட்டில் படித்தவன் என்று.

இடைவேளைக்காக பெல் அடித்தபோதுதான் மூன்றோ நான்கோ சிறுவர்கள் அவனுக்குப் பக்கமாக வந்தனர். ஏதேதோ கேட்டுக்கொண்டும் சொல்லிக்கொண்டும் இருந்தனர். உயரம் குறைவான வெளுப்பாக மெலிந்திருந்த ஒரு சிறுவன்தான் அவனை அப்படி அழைத்தது.

துபாய் முட்டாள்.

பிற குழந்தைகள் அதைக் கேட்டு சிரித்தனர். அவனுக்கு அழுகை வந்தது. கண்கள் நிறைந்து உதடுகள் விம்மின. அவன் அழுவதைக் கண்டு பிற குழந்தைகள் ஓடிவிட்டனர்.

அப்படி தப்பூவை ஸ்கூலில் சேர்த்துவிட்டுத் திரும்பி வந்து வீட்டு வாசல் திறந்தபோதுதான் சுசலா நந்தனைக் கண்டது.

* * *

7

உச்ச நீதி மன்றத்தின் உத்தரவுப்படிதான் மத்திய அரசு முத்தலாக்கை இந்தியாவில் தடை செய்தனர். முத்தலாக் முறைப்படி திருமண பந்தம் ரத்துச் செய்வது கிரிமினல் குற்றமாக சட்டம் இயற்றியது இந்திய பாராளுமன்றம்தான். ஆனால் நாட்டின் பல பகுதிகளிலும் முத்தலாக் தடை செய்ததை எதிர்த்தும் ஆதரித்தும் மேடைப் பேச்சுகளும் கூட்டங்களும் நடந்துகொண்டிருக்கிறது.

முகநூலின் பக்கங்களிலும் அப்படித்தானிருந்தது. முத்தலாக் சம்பந்தமான ஸ்டேட்டஸ் அப்டேட் செய்வதில் சுசலா கொஞ்சமும் பின் தங்கி இருக்கவில்லை. மனைவியை கணவன் அவன் விருப்பப்படி தலாக் சொல்வதை அவள் எதிர்த்தாள். ஆண்களின் துன்புறுத்தல்களுக்கு தானும் இரையாகியிருப்பதாக அறிவிக்கும் அனுபவக் குறிப்புகளை அவள் இட்டாள்.

இரவில் இரத்தக் காட்டேரிபோல தன்னை துரத்தி வந்து கொலை செய்ய முயற்சிக்கும் கணவன். நான்கு வயதே ஆன மகனை எடுத்துக்கொண்டு தெருவுக்கு ஓடும் தன் நிலை. லிப்ட்டில் கண்ட பக்கத்துக்கு ஃபிளாட்காரனான பங்களாதேஷ்காரரின் குடும்பம்தான் தன்னைக் காப்பாற்றியது.

அனுபவங்கள் என்று ஒரு எழுத்தாளரின் கற்பனைத்திறனை ஆன்டிராய்ட் ஃபோனின் திரையிலிருந்து முகநூலின் பரந்து கிடக்கும்

உலகத்துக்கு தட்டிவிட்டாள். முகநூலில் அவள் இட்ட அந்த போஸ்ட் வைரல் ஆன உடன்தான் கோழிக்கோடு தாகூர் சென்டினரி ஹாலில் நடக்கவிருந்த முத்தலாக்கிற்கு எதிரான செமினாரில் அவளுக்கு உரை நிகழ்த்த அழைப்புக் கிடைத்தது.

கூட்டத்தில் சுசலாவின் பேச்சு முக்கியமானதாக இருந்தது. ஆணுக்கு முக்கியத்துவம் கொடுக்கும் இந்த உலகத்தில் பெண் அனுபவிக்கும் வேதனைகளைத்தான் முக்கியமாக பட்டியலிட்டாள். சொந்த அனுபவங்களின் சுற்றுப்புற சூழலையும் சேர்த்து வைத்து அவள் பேசியபோது கேட்டுக்கொண்டிருந்த பெண்களும் ஆண்களும் அவர் அவர்களின் கற்பனைத் திறனுக்கு ஏற்றபடி நந்தனைப் பாராமலேயே அவனுக்கு நிறம் கொடுத்தார்கள். இரவில் மனைவியை கொல்லதுடிக்கும் கொடூர மான கணவனாக அவர்களுக்கு முன் அவன் தோன்றினான்.

பார்வையாளர்களில் ஒருவர் சுசலாவின் பேச்சை லைவ் ஆக முகநூலுக்கு அனுப்பினார். முகநூலில் அவளது முகம் மிகவும் அழகாக இருந்தது. ஒரு ரோஜாப்பூ போல.

தாகூர் ஹாலில் அவள் செய்த பிரசங்கம் நாட்டு எல்லைகளைத் தாண்டி சொந்தமாக இறக்கை கட்டி பறக்கத் துவங்கிய பின்தான் அவளுக்கு துபாயிலிருந்து வேலைக்கான அழைப்பு வந்தது. துபாயில் புதிதாகத் துவங்க இருக்கும் மலையாள மாத இதழுக்கு எடிட்டர் ஆக சேர்ந்துகொள்ள அழைப்பு வந்தது.

அந்த அழைப்பை ஏற்றுக்கொள்ள அவளுக்கு நீண்ட நேர சிந்தனை தேவைப்படவில்லை. பணத் தட்டுப்பாடு மெதுவாக அவளை நெருங்கிக்கொண்டிருந்தது.

புதிய இடத்துக்குப் போய்ச் சேர அதிக நாட்கள் தேவைப்படவில்லை.

கோழிக்கோடு விமானநிலையத்திலிருந்து முகநூல் ஸ்டேட்டஸ் புதுப்பித்தாள்.

Travelling to Dubai International Airport

The new world... The new Aim...

Welcome to Dubai Awaiting for you... துபாயில் உள்ள வாசகர்களில் சிலர்.

* * *

8

பந்தங்களை அறுத்து எறிவது, புல் அறுப்பது போல எளிதாக இருக்கலாம். ஒவ்வொரு திருமண பந்தமும் வெவ்வேறு திசைகளுக்கு செல்ல துவங்கும் போது, திசை தெரியாமல் உதவிக்கு ஆளில்லாமல் வழியோரங்களில் நிற்கப்போவது அவர்களது வாழ்க்கையின் மிச்சமான குழந்தைகளே ஆகும். ஏதோ மோகமான தருணங்களில் தெரியாமல் பிறந்துவிட்ட திருப்தியற்ற தாம்பத்தியத்தின் குழந்தைகள்.

இதுபோன்ற சிந்தனைகள் ராமகிருஷ்ணனின் மனதை சதா நேரமும் துன்புறுத்தியதனால்தான் அவன் சுசலாவையும் நந்தனையும் சேர்த்து வைப்பதற்கான முயற்சிகளில் இறங்கியது. தடைகளெல்லாம் சுசலாவின் பக்கமிருந்துதான் என்று புரிந்தபோது அவளது மனதை மாற்றலாம் என்ற எண்ணத்துடன் அவளுடன் கொஞ்ச நேரம் பேசலாம் என முடிவெடுத்தான்.

சௌதி பார்க்கின் சிமெண்ட் பெஞ்சில் நேருக்கு நேராக அமர்ந்து ஏதேதோ பேசிக்கொண்டிருக்கும்போது அவன் நந்தனின் விஷயத்தை வெளியே இழுத்தான். விறகுக் கட்டிலிருந்து ஒரு விறகை உருவி எடுப்பதுபோல.

"நீயும் நந்தனும் ஏன் சேர்ந்து வாழக் கூடாது?"

"ராம, நீங்கள் அந்த விஷயத்தைப் பற்றி எதுவும் பேசவேண்டாம். அதன் பின் நிறைய விசயங்கள் ஒளிந்திருக்கின்றன."

“மறைந்திருப்பது எதுவானாலும் அதை என் முன் திறந்து வை. பரிகாரம் காண முடியாத பிரச்னைகள் எதுவும் கிடையாது.”

“அது சரி வராது ராம.”

“தப்பூ அனாதை ஆவதை தவிர்ப்பதற்காகவாவது ஒன்று சேரக் கூடாதா?”

“தப்பூவை வளர்க்க எனக்கு யாருடைய தயவும் தேவை யில்லை. நான் அவனை மிகவும் புத்திசாலியாக வளர்ப்பேன்.”

“பிரச்னை அதுவல்ல சுசலா. அப்பாவும் அம்மாவும் இரண்டு இடங்களிலும் அவன் மூன்றாவது ஒரு இடத்திலுமாக வளரும்போது அவனுக்கு உண்டாகும் மனவேதனைகள் அவனுக்குள் உறைந்து கிடக்கும்.”

“உங்களுக்குத் தெரியாத சில பிரச்னைகளும் எங்களது வாழ்க்கையில் உண்டு. அதனாலேயே எனக்கு இனி நந்தனுடன் ஒத்துப் போக முடியாது.”

அப்போது அவளது வார்த்தைகள் மிகவும் தெளிவாக இருந்தது. இதைச் சொல்லிவிட்டு அவள் பார்க்கில் ஊஞ்சல் ஆடி விளையாடும் எகிப்திய குழந்தைகளைப் பார்த்தபடி இருந்தாள். விடைகாண முடியாத விடுகதையில் சிக்கிக்கொண்டதுபோல அவன் இருந்தான். அவனுக்குச் சரியான பதில் ஏதும் கூற இயலவில்லை. தன் முன் மறைக்கப்படும் அந்த ரகசியம் என்னவாக இருக்கும்?

பாலைவனத்தில் திடீரென்று உருவாகும் மணல்காற்றுப் போல தன் மனதிலும் உருவம்கொண்ட மணல்காற்றின் வட்டத்துக்குள் நின்றான். அவளோ பெய்வதற்கு தயாரெடுத்து நிற்கும் மழை மேகங்களைப்போல மப்பும் மந்தாரமுமாக இருந்தாள். அதெல்லாம் பெய்து தீர்ந்து, தெளிந்த வானம் போல இதயம் வெறுமையடைய வேண்டும்.

“நீ என்னை நம்பலாம். நீ சொல்வதெல்லாம் என்னிடமிருந்து வெளியே யாருக்கும் போகாது” ராமகிருஷ்ணனின் வார்த்தைகள் உறுதியானதாக இருந்தன. உண்மையானதும் கூட.

“நான் இப்பொழுது வேறொருவருடன் வாழ்கிறேன், ராம.” ஆகாயத்தில் ஒரு மின்னலும் அதற்குத் துணையாக அசனி பேரிடியும்.

அவளது வார்த்தைகளும் இடிசத்தமும் ஒரு சேரக் கேட்ட போது அவனது உடலும் மனமும் நடுங்கிற்று.

"எனக்குத் தெரிந்த ஆளா அவர்?"

"க்ளீட்டசை நீங்கள் பார்த்திருக்கிறீர்கள்."

கலை நிகழ்ச்சிகளுக்கிடையே எப்பொழுதோ கண்டு மறந்த முகம். அவனது நினைவுகளுக்குள் ஒரு பழைய துணியை வீசி எறிவது போல வீசினாள். ஒன்றோ இரண்டோ தடவைதான் பார்த்திருக்கிறான். அதுவும் சுசலாவோடு சேர்த்து.

"அழகாக கதை எழுதுபவர் கிளீட்டஸ்" அறிமுகப்படுத்திய போது அவள் சொன்னதை அவன் நினைத்துப் பார்த்தான்.

ஒரு புன்னகை மட்டும்தான் அன்று அவன் கொடுத்திருந்தான். அதன்பின் ஒருமுறை அவள் சொன்னாள்.

"க்ளீட்டசின் வாழ்க்கை மிகவும் கஷ்டமானது. மனைவி ஒரு ராட்சசி. க்ளீட்டசின் பணம் மட்டும் போதும் அவளுக்கு. அவளுக்கு நிறைய காதலர்கள் உண்டு. மகனை நினைத்துத்தான் க்ளீட்டஸ் அவளுடன் வாழ்கிறான்."

க்ளீட்டசை பற்றி கூறும்போது அவளது பேச்சுக்கு ஒரு சங்கீதமிருந்தது. பேச்சுக்கிடையே ராமகிருஷ்ணன் அதை கவனித்திருந்தான். அவளது நாவுக்கும் இதழுக்கும் இடையே காதலின் பட்டாம்பூச்சிகள் பறந்துகொண்டிருந்தன. ஒன்றுமே கேட்டுக்கொள்ளவில்லை. அடுத்தவர்களின் மனதின் உள்ளுக்கு கடந்து செல்ல வேண்டிய அவசியம் அன்று அவனுக்கு இருக்கவில்லை. அவள் சொல்லாத விசயங்களை எதற்கு தோண்டி எடுக்க வேண்டும்.

அந்த வருடத்து கதைக்கான கேரள சமாஜத்து விருது க்ளீட்டசை தேடிச் சென்றபோது ராமகிருஷ்ணன் வியந்து போனான். சிறந்த கதைக்கான விருது. கேரள சமாஜத்து எழுத்தாளர்கள் சங்கத்தில் சுசலாவுக்கு இருந்த நெருங்கிய தொடர்பு ராமகிருஷ்ணனுக்கும் தெரியும். சுசலா அழைத்ததன் காரணமாக அந்த விருது வழங்கும் நிகழ்ச்சிக்கும் ராமகிருஷ்ணன் சென்றிருந்தான்.

எழுத்திலும் அரசியல் ஈடுபாடுகளிலும் சுசலாவுக்கு இருந்த தெளிவும் தைரியமும் அவனுக்கு என்றும் பிடிக்கும். அவள்

இப்படி ஒரு காதலின் வெளி வர முடியாத முடிச்சுக்குள் விழுந்து விடுவாள் என்று அவன் கனவில்கூட நினைத்திருக்கவில்லை.

அவர்கள் இருவரும் அவரவர்களின் கட்டுகளை பிரிக்காமல்தான் சேர்ந்து வாழத் துவங்கியிருக்கிறார்கள். ஆனால் எதனாலோ க்ளீட்டஸின் மேல் ராமகிருஷ்ணனுக்கு நம்பிக்கை வரவில்லை. சுசலாவுடன் க்ளீட்டஸ் இருப்பது அழகான ஒரு கவிதையில் சேராமல் ஒட்டி நிற்கும் பிற மொழி வார்த்தை போலத் தோன்றியது. ராமகிருஷ்ணனின் இதயம் துடிப்பதை புரிந்துகொண்ட சுசலா சொன்னாள்.

நாங்கள் அடுத்த மாதம் ஊருக்குச் சென்றவுடன் நீதிமன்றத்தில் ஹர்ஜி சமர்ப்பிக்கிறோம் ராமா. இரண்டு குடும்பத்துக்குமான விவாகரத்துக்கு. அவனை அவளுடைய நரகத்திலிருந்து வெளியேற்றாமலிருக்க என்னால் முடியாது. அவன் பதில் ஏதும் கூறவில்லை. அவனுக்குள் இருந்த சிறு நெருப்பு பெரும் தீயாக மாறியிருந்தது. அந்தத் தீயில் இதயம் உருகி எரிமலைக் குழம்பாக ஓடியது.

ஒரு பிள்ளை அனாதை ஆகாமலிருக்க பாதி வழியில் தடுக்க முயன்ற தனக்கு இரண்டு குழந்தைகள் பூரணமாக அனாதைகளாக்கப்பட்டு படு பாதாளத்துக்கு விழுவதைக் காணவேண்டி வருகிறது. அந்த படு பாதாளத்திலிருந்து அவர்கள் வெளிவர வேண்டும். தன்னாலோ எதுவும் செய்ய இயலாமல் வேடிக்கை பார்க்க மட்டுமே முடிகிறது அதை நினைத்து அவன் கவலைப்பட்டான்.

தப்பூ இரண்டாகப் பிரிக்கப்படுகிறான். அந்த நாட்களில் தப்பூ அனுபவிக்கும் வேதனையும் தனிமையும் அவனுக்கு முன்னே தோன்றிற்று. ராமகிருஷ்ணன் கண்களை இறுக மூடிக்கொண்டான். காணப்பிடிக்காத காட்சிகளிலிருந்து தப்பிப்பதற்குத்தான் கண்களை அப்படி மூடிக்கொள்வது.

இரண்டு குழந்தைகளின் விசும்பல்கள் அவனது காதுகளில் கேட்கத் துவங்கின. இரண்டு கைகளாலும் காதுகளை பொத்திக்கொண்டான் அவன். அந்த நேரம் அவனுக்கு சுற்றுப்புறத்திலிருந்து சத்தங்கள் எதுவும் கேட்காமல்போனது. அடுத்தபடியாக அவனுக்குமேல் விழுந்து இரண்டு குழந்தைகள் பெருமூச்செறியும் உணர்வும் ஏற்பட்டது. சிறு குழந்தைகளின் பெருமூச்சுகள்.

"ராமா நீங்கள் என்ன செய்துகொண்டிருக்கிறீர்கள்?"

சுசலாவின் சத்தம் கேட்டு மயக்கமான நிலையிலிருந்து நனவுலகத்திற்கு அவன் திரும்பி வந்தான்.

"ம்... ஒன்றுமில்லை" உருகி திரவமாகிப்போன அவனது இதயத்தை பற்றி அவன் ஏதும் கூறவில்லை.

இரண்டு பேரும் அங்கிருந்து எழுந்து மெதுவாக அவள் அல் நஹ்ரவுக்கும் அவன் அபுசஹாராவுக்கும் பயணப்பட்டனர்.

* * *

9

துபாயில் வந்திறங்கிய சுசலாவுக்கு திரும்பவும் நண்பர்களைப் பிடிக்க அதிக நாட்கள் தேவைப்படவில்லை. சமூக வலைத்தளங்களில் கண்டு பரிச்சயமானவர்கள் மீண்டும் நட்புக் கூட்டுக்குள் வந்து நிறைந்தனர். நகரத்தில் அமைந்த புத்தகக் கடைதான் நண்பர்கள் சங்கமிக்கும் இடமாக இருந்தது. புத்தகம் வாங்கத்தான் முதல் முறை அங்கு அவள் சென்றது.

புத்தகக் கடைக்காரர் ஒரு கதை எழுத்தாளர் என்று தெரிந்தபோது நட்பின் ஆழம் கூடியது. அவர்தான் ராமகிருஷ்ணன். கவிதைகளிலிருந்து நாவலுக்கு தடம் மாறியது அந்த சமயம்தான். நாவல் எழுதி முடிக்க இரண்டு மாதக் காலம் ஆயிற்று. மலையாள வாசகர்களுக்கிடையே வேகமாக விற்றுத் தீர வேண்டும்.

"ஒரு வாழ்க்கையின் குறுக்கு விசாரணை" சொந்த வாழ்க்கையை சித்திரிக்கும் கதை என்று வாசித்தவர்கள் கருத்துத் தெரிவித்தனர்.

அப்பாவுக்கும் கணவனுக்கும் இடையில் சிக்கி வெந்துபோகும் பெண் உடல். பெண்ணியவாதிகள் விரும்பும் அருமையான கதைக்கரு. கொடுமைக்கார கணவனின் செயல்களை வெளிப்படுத்தும் நாவல். மருமகனோடு சேர்ந்து நிற்கும் தந்தை.

இரண்டாவது பதிப்புக்கு தேவை ஏற்பட அதிக நாள் எடுக்கவில்லை. புத்தகக் கடையில்

வைத்துத்தான் சுசலா முதல் முறையாக க்ளீட்டசை சந்தித்தது. புத்தகத்தின் ஒரு காப்பியில் எழுத்தாளரின் கையொப்பம் பெறுவதற்குதான் அவன் அவளருகே வந்தான்.

இரவு வெகு நேரத்துக்கு க்ளீட்டசுக்கு அன்று தூங்க முடியவில்லை. சுசலாவின் கையெழுத்திட்ட புத்தகம். ஆவலுடன் வாசித்து முடித்தான். ஒரு இரவிலேயே. அடுத்த நாள் விடுமுறையாக இருந்ததால் அந்த நாவலைப் பற்றிய ஒரு குறிப்பை முகநூலில் எழுதினான்.

சுருக்கமாகவும் ஆழமாகவும் இருந்தது அவனது குறிப்பு. 'என் அன்புக்குரிய எழுத்தாளரின் ஒப்பம்' என்று தலைப்புக் கொடுத்திருந்தான்.

ஒருவர் அவளது புத்தகத்துக்கு இப்படி ஆழமான கருத்துடன் குறிப்பு எழுதுவது இதுதான் முதல் முறை. முகநூலில் வந்த அந்தக் கருத்தினை எடுத்து ஞாயிறு இதழுக்கு அனுப்பியதும் அவளேதான். அரேபியப் பார்வையின் ஞாயிறு இதழ் க்ளீட்டசை திகைக்க வைத்தது. முப்பத்தியாறு வயதுக்கிடையில் முதல் முறையாக அவனது எழுத்து மையால் நனைகிறது. வலைத்தளத்தில் உடனடியாக ஷேர்களின் எண்ணிக்கை பெருகியது.

இரவின் அமைதியில் அவளது இதயத்தை கொக்கி போட்டு இழுக்கும்படியாக க்ளீட்டசின் மெசேஜ் வந்தது

I am falling in love with you.

நான் உன்னிடம் காதல் வயப்படுகிறேன்.

வெகு நேரம் அவள் பதில் ஏதும் அனுப்பவில்லை. நந்தன் இதயத்திலிருந்து முழுவதுமாக வெளியேற்றப்பட்டிருக்கிறான். காதலின் அந்த இடம் இப்போது வெற்றிடமாகக் கிடக்கிறது.

“பார்ப்போம்” ஒரு வார்த்தையில் பதிலை முடித்து லாக் அவுட் செய்து அவள் தூங்கச் சென்றாள்.

“மனைவி” அவள் கேட்டாள். கார்நீஷின் நடைபாதை வழியாக நடந்து செல்லும் அரபு நாட்டவரான தம்பதிகள் யாரையும் சுசலா கவனிக்கவில்லை.

“ஒரு விபத்து” அவளது கைகளை சேர்த்துப் பிடித்தபடி க்ளீட்டஸ் சொன்னான்.

"வாழ்க்கையில் இவ்வளவு தூரம் கஷ்டப்படுவது அவள் காரணமாகத்தான். என்னுடைய மகன் ஆரோனைக்கூட பார்க்க விடுவதில்லை."

"அவள் இப்போது எங்கே?"

"ஊரில். நாங்கள் பேசி இரண்டு வருடமாகிறது. பல ஆண்கள் ஏறி இறங்கும் உடலாகிவிட்டது அவளுடையது." அவன் அவளது கண்களைப் பார்த்தான். ஈரம் படர்கிறது.

"வாழ்க்கை நாசமாகிக்கொண்டிருக்கிறது. ஒருபோதும் இழுத்துப் பிடிக்க முடியாதபடிக்கு. இப்போது எனக்கே தெரியாமல் உன்னுடைய எழுத்தும் எழுத்திலிருக்கும் நீயும் எனக்குள் கடந்து விட்டீர்கள். தகுதி இல்லாமல் நான் ஆசைப்பட்டுவிட்டேன் என்றால் நீ மன்னித்து விடு. எனது காய்ந்துபோன மனதுக்கு நீயொரு தண்ணீர்க் குடமாக தோன்றினாய்."

அவன் திரும்பி நடக்கத் துவங்கியபோதுதான் அவள் சொல்ல ஆரம்பித்தாள்.

"உனது வலிகள் உன்னிடமிருந்து எனக்குள் தானாகவே வந்து கொண்டிருக்கிறது. நீ அவளை சட்டப்படியும் இதயத்திலிருந்தும் வெளியேற்றத் தயாராக இருந்தால் நான் உன்னிடம் சேரத் தயாராக இருக்கிறேன்."

இதயத்திலிருந்து என்றோ அவள் இறங்கிச் சென்று விட்டாள். இனி பார்க்க வேண்டியது சட்டச் சிக்கல். அடுத்த கிறிஸ்துமஸுக்கு ஊருக்குச் செல்லும்போது அதையும் தீர்த்துவிடலாம். கொஞ்சம் சிக்கல்தான். ஆனால் முடிந்து விடும்.

அல் நஹ்தவில் ஒரு நார்த் இந்தியன் குடும்பத்திடமிருந்து ஒரு ஷேரிங் ரூம் அவர்களுக்குக் கிடைத்தது. கணவன் மனைவி என்று அவர்களிடம் சொல்லி வைத்தார்கள்.

காதலில் முக்கியெடுத்த உடலுறவின் இனிப்பை அவளும் அவனும் ஒரு போல ருசித்தனர். மூடிய கதவுகள் திறக்கவும் பின்னர் மெதுவாக மூடவும் செய்தன.

* * *

10

"அவன் சாப்பிட்டு இரண்டு மூன்று நாட்கள் ஆகிவிட்டது." தப்பூ சாப்பிடாததை நினைத்து பானுமதியம்மா நிம்மதி இழந்தாள். குளிக்க வைப்பதற்காக அவனது உடைகளை களைந்த போதுதான் அவனுக்கு கடுமையான காய்ச்சல் அடிப்பதை தெரிந்துகொண்டாள். காய்ச்சல் அடிக்கிறது. குளிக்க வைக்க வேண்டாம் என்று முடிவெடுத்து அவனை உள் அறையில் பொத்திப் படுக்கச் செய்தாள்.

"அப்பா, வா, நாம் விளையாடலாம்" தூக்கத்துக்கிடையே புலம்புகிறான்.

டாக்டரிடம் காட்டவேண்டும். விடியட்டும். அப்பா அப்பா என்று திரும்பத் திரும்ப அவன் அழைத்ததனால் பானுமதியம்மா சுசலாவை ஃபோனில் அழைத்தாள். அப்பா அம்மா எல்லாம் அவள்தானே. இரவு மணி 12ஐ தாண்டிவிட்டிருந்தது. இரண்டு முறை அழைத்தபோதும் பதில் இல்லை.

ஷம்சாதின் வீட்டில் வைத்து அவளது பிறந்த நாள் விழாவினை முடித்துவிட்டு வந்திருந்தாள். வெளிநாட்டில் வாழும் எழுத்தாளர்களும் சமூகத் தலைவர்களும் வந்திருந்தனர். பிறந்தநாள் விழாவில் பங்கு பெறுவதில் தனக்கிருக்கும் விருப்பமின்மையை ஷம்சதிடம் ராமகிருஷ்ணன் காட்டியிருந்தான். அவனது கட்டாயத்தை மீறி வெளி வருவது ராமகிருஷ்ணனுக்கு மிகவும் சிரமம். படம்

பிடிக்கும் படலம் முடியட்டும் என்று நினைத்து தாமதமாகச் சென்றான். அனைவரும் அவனுக்காக காத்திருந்தனர். இதய வடிவ காதல் சின்னத்தில் கேக் இருந்தது, விழாச் செலவை நண்பர்கள் ஏற்றுக்கொண்டனர். க்ளீட்டஸ் ஒரு தங்க வளையல் பரிசளித்தான். அவள் முதலில் கேக்கை வாயில் கொடுத்ததும் க்ளீடஸ்சுக்குத்தான். யாருக்கும் அது தப்பாகத் தோன்றவில்லை என்றாலும், ராமகிருஷ்ணனுக்கு ஏனோ வேண்டாத செயல் போல தோன்றியது. அது அவனது மனதின் குறைபாடு என்று நினைத்து அதை அவன் அடக்கினான். ஆனால் அவ்விதம் மனதை திட்டியதற்காக கோபித்துக்கொண்டதுபோல, மனது வேறொரு விஷயத்தை சுட்டிக் காட்டியது. நிகழ்ச்சிகளுக்கிடையே ஒரு விநாடி நேரத்துக்கு க்ளீட்டஸ் சுசலாவை கட்டிப்பிடித்ததை ஷம்சாதின் காமெராவும் ராமகிருஷ்ணனின் கண்களும் ஒற்றி எடுத்துக்கொண்டன.

நேரம் மிகவும் தாமதம் ஆகிவிட்டது. ஹோட்டலிலிருந்து வரவழைத்த கோழிக்கோடு சாப்பாடை ஷம்சாத் ஏற்பாடு செய்திருந்தான். அவளது வாழ்க்கையில் மகிழ்ச்சியை ஏற்படுத்திய பிறந்தநாள் விழாவாக அது அமைந்தது.

அந்த பிறந்தநாள் விழா நேரத்தில்தான் அவர்களது நாட்டில் தப்பூ அழுததும் பானுமதி அம்மா திரும்பத் திரும்ப ஃபோன் செய்ததும். கடிகார முள் பனிரெண்டிலிருந்து ஒன்றுக்கு, கொஞ்சம் வேகமாக நகர்ந்துகொண்டிருந்தபோதுதான் ராமகிருஷ்ணன் சுசலாவையும் க்ளீட்டசையும் அல் நஹ்தவில் அவர்கள் வீட்டுக்கு அருகாமையில் இறக்கிவிட்டான்.

“உன் பிறந்தநாளில் உன்னை நான் சொர்க்கத்துக்கு என் கைகளில் ஏந்திப் பறப்பேன்.”

இப்படி சொல்லியபடி அவன், அவளை இரண்டு கைகளில் தூக்கி மெத்தையில் வீசினான். இணை சேரும் பாம்புகளைப் போல மெத்தையில் அவர்கள் கட்டிப் புரளும்போதுதான் மொபைல் மீண்டும் சத்தம் எழுப்பியது. ஒரு இடையூறு என்பது போல க்ளீட்டஸ் அதை துண்டித்தான். மறுபடியும் அது ரிங் ஆனபோது அவள் அவனை யார் என்று பார்க்கச் சொன்னாள்.

“ஓ உன்னுடைய அம்மா. நள்ளிரவில்கூட உன் அம்மாவுக்குத் தூக்கம் கிடையாதா?”

அவன் அவளை இழுத்து இறுக்கமாகக் கட்டிப்பிடித்தான்.

"எனது பிரியாணியில் எந்த ஈயையும் வந்து முட்டையிட விடமாட்டேன்."

அவன் முனகினான். அந்த நேரம் அவனுக்கு பெண், ஒரு ருசியான பிரியாணியாகவும் வேறு சில நேரங்களில் கிளியாகவும் தோன்றினாள். பெண்ணின் சுய அடையாளத்துக்காக பெண் சமூகத்தைத் தூண்டிவிடும் அவளுக்கு அது ஒரு கேவலமாகத் தோன்றவில்லை. கோபமும் வரவில்லை.

அந்த நேரம், பாலைவன பூமியின் இன்னொருபக்கம் வசிக்கும் நந்தன் தனது தனிமையை போர்வை போட்டு பொத்தினான். வியாழக்கிழமை இரவுகளில் தப்பூவுடன் விளையாடிய விளையாட்டுகளை நினைத்தபோது அவனுக்கு தூங்க இயலவில்லை. இரவு வெகு நேரம் ஆகிவிட்டது. உயிரற்ற இந்த நான்கு சுவர்களுடன் எப்படி தன் மனக்கவலைகளைப் பற்றிப் பேசுவது என்று நினைத்து அவன் பைத்தியக்காரன் போல ஆனான். மகனிடம் பேச முடியாது என்று தெரிந்தும் ஃபோன் செய்தான். சில நேரம் அவன் அப்படிச் செய்வான். கொஞ்ச நேரம் ரிங் போய் நின்றுபோனது. அவள் அம்மாவை மிரட்டியிருக்கிறாள் என்று தெரியும். தப்பூவை பேசவிடாதீர்கள் என்று. அப்படியும் அவன் இடையிடையே மகனுக்கு ஃபோன் செய்துகொண்டிருந்தான்.

அவளை அழைக்கும்போதெல்லாம் ஃபோன் கட் ஆகி பிஸிட்யூன்தான் கேட்கிறது. பானுமதியம்மா மிகவும் கவலைப்பட்டாள். தப்பூவின் உடம்பு படுக்கையில் கிடக்கவில்லை. காய்ச்சலில் கொதிதண்ணீர்போல மேலே தூக்கி எறியப்படுகிறது.

உதவிக்கு யாரும் இல்லை. பிறந்து வளர்ந்த ஊர் இல்லையே. வாடகை வீடுகளில் வசிக்கும் தற்காலிகமான வீட்டுக்காரர்களை யார் கவனிப்பார்கள்? யாரோடும் நட்புப் பாராட்டப் போகவில்லை. இந்த இரவு ஒரு ஆட்டோ கிடைக்கக்கூட வழி இல்லை. எமர்ஜென்சி ஃபோன் நம்பர் எதுவும் கைவசம் இல்லை. ஒரு கையில் ஃபோனைப் பிடித்து என்ன செய்வது என்று தெரியாமல் தப்பூவை பார்த்தபடி நின்றபோதுதான் நந்தனின் ஃபோன் வந்தது. எடுக்கவேண்டாம் என்றுதான் நினைத்தாள். அவளுக்குத் தெரிந்தால் வார்த்தைகளால் கொன்றுவிடுவாள். அவளது அப்பாவிடம் சண்டையிட்டு மகனை இழுத்துக்கொண்டு வந்தவள்தானே இனி திரும்பிச்

சென்றால் என்ன சொல்வார் என்று தெரியாது. பிள்ளையைக் கொண்டுபோய் குடும்ப வீட்டில் இருக்கலாம் என்று பல முறை சொல்லிப் பார்த்துவிட்டாள். ஆனால் அவளது பெரிய கண்ணில் கண்ட தீ ஜுவாலை பானுமதி அம்மாவின் எல்லா வாதங்களையும் சாம்பலாக்கிவிட்டது

அவர் பலமுறை சொன்னார். போகாதே என்று. கடைசியில் கோபத்தில் சத்தமிட்டார். போனால் திரும்பி வராதே என்று. மூடிய வாசல் திறக்கப்பட மாட்டாது எனும் சபதம். மறு முறை ஃபோன் பெல் அடித்தபோது பானுமதி அம்மாவின் பெருவிரல் மொபைல் ஃபோனின் ஆன்சர் பட்டனை அறியாமலேயே அழுத்தியது.

"அம்மா" ஃபோனை எடுத்த உடன் நந்தன் முதலில் அழைத்தது அப்படித்தான். பானுமதி அம்மாவுக்கு சிறிது நேரம் எதுவுமே பேச முடியவில்லை.

"அம்மா ஏன் எதுவும் பேசாமல் இருக்கிறீர்கள்? தூக்கமா? மகன் எங்க மா?"

"தூங்கவில்லை. தம்பிக்கு காய்ச்சல்" பானுமதி அம்மாவுக்கு சொல்லாமல் இருக்க முடியவில்லை.

மறு பக்கத்திலிருந்து ஒரு விசும்பலைத்தான் பானுமதி அம்மாவுக்குக் கேட்க முடிந்தது. நல்லவனும் தன்னம்பிக்கை உள்ள ஒரு ஆணுமான மருமகன் அழுவது பானுமதி அம்மாவை சங்கடப்படுத்தியது.

"தப்பூவிடம் கொடுப்பீர்களா அம்மா" பானுமதி அம்மாவுக்கு அனுசரிக்கத்தான் முடிந்தது.

"அப்பா...." உடலோடு அவனது வார்த்தைகளும் நடுங்கியது.

"அப்பா எப்ப வாறீங்க... என்னைப் பார்க்க... தப்பூவுக்கும் ஆசையா இருக்கு அப்பாவப் பாக்க... அப்பாவோடு வெளையாட.... இங்க யாரும் இல்லைப்பா... போரடிக்குதுப்பா... அப்பாவோட தப்பூவுக்கு காச்சல்."

"தப்பூ... அப்பா சீக்கிரம் வாரேன் சரியா? இன்னக்கி இப்ப டாக்டரிட்ட போங்க. காய்ச்சல் குறையட்டும் சரியா?"

"டாக்டரிட்ட நாளைதான் போணும். வண்டி இல்ல. பாட்டி தனியாருக்காங்க.

“தம்பி பாட்டிகிட்ட ஃபோன குடு.

“அம்மா இன்றே இப்பவே அவனை டாக்டரிடம் காட்ட வேண்டும்.”

“நந்தா, காலையில் போனா போதாதா? இங்க வண்டி எதுவும் இல்லை.”

“அது முடியாது. அவனுக்கு நல்ல காய்ச்சல் இருக்கு. வண்டிக்கு நான் ஏற்பாடு பண்ணுறேன். அரை மணி நேரத்துல கார் வரும்.”

நந்தன் ஃபோன் பேசுவதை முடித்து ஸிலிகி ஆன் லைன் புக்கிங்கில் புக் செய்து புறப்படவேண்டிய இடத்தையும் போய்ச் சேரவேண்டிய இடத்தையும் தெரியப்படுத்தினான்.

ப்ளாஸ்க்கும் இரண்டு துணிகளும் எடுத்து வைப்பதற்குள்ளே கேட்டுக்கு முன்னே ஸிலிகி டாக்ஸி கார் வந்து நிற்பதை பானுமதி அம்மா கண்டார்.

* * *

11

நான்கு சுவர்களுக்கு மத்தியில் நந்தன் நிம்மதியின்றிக் கிடந்தான். தப்பூவை பார்த்து ஒரு வருடமும் இரண்டு மாதமும் ஆகிவிட்டது. கடந்த வருட ஜூலையில்தான் சுசலா தப்பூவைக் கூட்டிக்கொண்டு கேரளத்துக்குச் சென்றது. அலுவலகத்துக்கு ஈமெயில் அனுப்பினான். உடல் நலம் சரி இல்லையென்று. மெடிக்கல் லீவ் கிடைக்க வேண்டுமானால் சர்டிபிகேட் கொடுக்க வேண்டும். அது ரீஜாயின் செய்யும்போது கொடுத்துக்கொள்ளலாம். ஒரு தேநீர் மட்டும்தான் குடித்திருந்தான். எதற்கும் மனம் ஒப்பவில்லை. அவளும் தப்பூவும் போன பிறகு சரியாகச் சாப்பிடுவதில்லை. சில நேரம் கொஞ்சம் குடித்தாலென்ன என்று நினைப்பதுண்டு. என்றாவது தன்னைத் தேடி வரும்போது தப்பூ அப்பா குடிப்பதனால்தான் அம்மா அவரை விட்டுச் சென்றார் என்று நினைக்கக் கூடாது. அதனால் மட்டுமே அவன் போதையின் வழியைத் தவிர்த்தான். அவனது பிஞ்சு நெஞ்சில் என்னவெல்லாம் அவள் ஏற்றி வைத்திருக்கிறாள் என்பதும் தெரியாது.

காய்ச்சலுடன் அவனுக்கு நடுக்கமும் உள்ளதாம். காய்ச்சல் என்றதும் பயம் வந்தது. எத்தனை விதமான காய்ச்சல் இன்று வந்துகொண்டிருக்கிறது. நிப்பா, எச்ஒன்என்ஒன், எலிக்காய்ச்சல், சிக்குன்குனியா அப்படி எவ்வளவோ. மொத்தத்தில் பயமாக இருக்கிறது. தப்பூவுக்கு எதுவும் நேரக் கூடாதே.

ஆடி மாதத்தில் இதற்கு முன் இல்லாதபடி கனமழை பெய்வதாக அண்ணன் சொல்லியிருந்தார். நாடு முழுக்க அதன் எல்லைகளை எல்லாம் தாண்டி வெள்ளம் பெருகுகிறதாம். வானைத் தொடுவதற்கு முயற்சி எடுப்பதுபோல பொங்குகிறதாம்.

மலையாள சானல்களில் மட்டுமல்லாமல் இந்திய, வெளி நாட்டுச் சானல்களிலும் கேரளத்து வெள்ளப்பெருக்குத்தான் முதன்மைப்படுத்திக் காட்டப்பட்டது. ஆலப்புழாவிலும் குட்டநாட்டிலும் பத்தனம்திட்டாவிலும் ஆலுவாவிலும்தான் நாசம் அதிகம்.

இடுக்கி டாம் திறந்தபோது பெரியாறுக்குத் தாங்க முடியவில்லை. பெரியாறுக்கு ஆறு எது, ஊர் எது என்று எல்லைகள் தெரியவில்லை. ஆலுவாவில் உள்ள மகாதேவர் கோவிலையும் சுற்றுப்புறத்தையும் முக்கியெடுத்து, பெரியாறின் வெள்ளம் ஆலுவா நகரத்துக்குள் இறங்கிவிட்டது. மக்களெல்லாம் பேரிடர் மீட்புக் கேம்ப்களுக்குச் சென்றுவிட்டனர்.

மனிதனின் எல்லா அகம்பாவத்துக்கும் மேலான இறைவன் கண்ணீர்தான் இந்த வெள்ளப் பெருக்கம் என்று தோன்றிவிடுகிறது. வாழ்க்கையின் எல்லாத்தட்டு மக்களும் பிடிவாதமும் அகந்தையும் காட்டி அக்கிரமச் செயல்களில் ஈடுபடுகிறார்கள். இறைவன் எப்படி அழாமல் இருப்பார்?. இறைவனினின் கிருபைதான் மனிதனின் எல்லா முன்னேற்றங்களுக்கும் காரணம் என்று அவன் சிந்திப்பதில்லை.

மனிதன் எவ்வளவு தூரத்துக்கு ஏற்றம் அடைகிறானோ அவ்வளவு தூரத்துக்கு அவன் இதயத்தால் கீழே பயணிக்க வேண்டும். அப்போதுதான் அவனுக்கு பெருமை கிடைக்கும்.

சுசலாவின் விஷயம் பாருங்கள். எழுத்து வாயிலாக அவளுக்குப் புகழ் தேடி வந்தபோது, அவள் தற்பெருமையின் கடலில் நீந்திக்கொண்டே இருந்தாள். எல்லா நேரத்திலும் அவள் எழுத்தாளரின் மேலங்கியை அணிந்துகொண்டாள். பல நேரங்களிலும் அவளிடம் சொல்ல வேண்டும் என்று நினைத்ததுண்டு. எழுதும்போது மட்டும் எழுத்தாளராக இரு. பிற நேரங்களில் ஒரு சாதாரண மனிதப் பெண்மணியாக இரு. அப்போது மட்டுமே கதை மாந்தர்களும் கதைச் சம்பவங்களும் எழுத்தாளரைத் தேடி வரக்கூடும். எந்த நேரமும் எழுத்தாளரின்

மேலங்கியை இட்டுக்கொண்டால் கடைசியில் அது ஒரு பாரமாகத் தோன்றிவிடும்.

ஆனால் அவளிடம் எதுவும் கூறவில்லை. சொல்ல வந்ததை எல்லாம் மனதுக்குள்ளேயே ஒதுக்கி வைத்தான். சகிப்புத் தன்மையைப் பற்றி சதா நேரமும் பேசினாலும் சுத்தமாக சகிப்புத் தன்மையே இல்லாதவர்கள்தான் எழுத்தாளர்கள் என்று தோன்றியதுண்டு. விமர்சனங்களை நேரிட முடியாதவர்கள்.

இப்படி பல விதமான சிந்தனைகளில் மூழ்கி மனக் குழப்பம் வந்து தூக்கம் கெட்ட நேரத்தில்தான் நந்தனுக்கு ஊருக்குச் சென்றால் என்ன என்ற எண்ணம் வந்தது.

அன்று ஷார்ஜாவுக்குச் சென்றபோது தப்பூவை பார்ப்பதற்கு அவள் அனுமதி தரவில்லை. இனி, சுசலா ஊருக்குச் செல்வதற்கு முன் நாம் போய் பார்த்து வரலாம். தப்பூவுக்கு உடல் நலமில்லை என்று தெரிந்தால் அவள் ஊருக்குச் செல்லாமல் இருக்க மாட்டாள்.

நாளையே தப்பூவின் காய்ச்சல் மாறிவிடும். நந்தன் ஆறுதல் அடைந்தான். உடல் முழுவதும் சந்தோஷத்தின் நதி ஒழுகியது. பிரியமானவர்களை காணக்கிடைக்கும் ஒவ்வொரு சந்தர்ப்பமும் பிரிந்து இருப்பவனுக்கு ஆனந்தமானதே. பிரிவுக்காக காலெடுத்து வைக்கும்போதெல்லாம் இதயம் இரண்டாக வெடிக்கும். வெடித்த இதயங்கள் கூடிசேர்வதுதான் மறுஇணக்கம்.

நந்தன் இன்டர்நெட் ஆன் செய்து ஆன்லைனில் டிக்கெட் தேடினான். அதிகம் தேட வேண்டியது இருக்கவில்லை. காலை பத்து மணிக்கு விமானம். ஏழு மணிக்கே விமான நிலையத்தில் இருக்க வேண்டும். பரிசோதனைகள் கடுமையாக இருக்கும். எல்லாவிதமான தாக்குதல்களும் ஆகாயத்திலும் நடத்துகிறார்கள். ஆகாயமும் வானவெளியும் கிரகங்களும் உபகிரகங்களும் எல்லாம் ஒவ்வொரு நாட்டின் எல்லைகளாக பிரிக்கப்பட்டிருக்கிறது. நாடுகள் மதங்களின் கைகளில் வந்து விட்டன. மதங்கள் மோசமானவர்களிடமும் அறிவிலிகளின் கைகளிலும் பத்திரமாக மறைந்து கிடக்கிறது. அப்படித்தான் உலகம் வெறுப்பு மற்றும் போர்களின் பிறப்பிடமாக மாறியது.

நந்தன் ஒரு சிறு பையில் கொஞ்சம் துணிகளும் பாஸ்போர்ட்டும் எடுத்து வைத்தான். தப்பூவுக்கு கொஞ்சம்

வெள்ளியோடன் | 65

மிட்டாய்கள் வாங்க வேண்டும். விளையாட்டுப் பொருள் எதாவது வாங்க வேண்டாமா என்று நினைத்தபோதுதான் அவனது குறும்புத்தனம் நினைவுக்கு வந்தது. அவனது விளையாட்டுப்பொருள் எப்போதும் மிக்சர் கிரைண்டர்தான். சுசலாவின் இரண்டோ மூன்றோ மிக்சிகள் விளையாட்டுப் பொருள்களாக மாற்றி அவன் கெடுத்து விட்டிருந்தான். மிக்சியை எடுத்து, அதன் ஸ்க்ரூவை கழற்றி அதை தனித் தனியாக பிரிப்பதும் பின்னர் அதை திரும்பவும் ஒன்று சேர்ப்பதும் அவனது விளையாட்டு. அதற்காக பொறுமையுடன் அவன் நேரம் செலவிடுவதைக்கண்டு வியந்துபோனதுண்டு. சுசலாவின் நாக்கு அந்த நேரமெல்லாம் அவனுக்கு நேராக பாய்ந்து வருவதுண்டு. பேனா பிடிக்கும் கைகளால் சிலநேரம் அவள் அவனுக்கு அடியின் வலிகளையும் கொடுத்திருக்கிறாள். அதுபோல் ஒருமுறை அவள் செயல்பட்டதை நேரடியாக பார்க்க நேர்ந்தபோதுதான், அவளுக்கு நேராக கடும் கோபத்துடன் சண்டையிட்டதும் கண்களால் எச்சரித்தும். ட்யூட்டி ஃப்ரீ மார்க்கெட்டிலிருந்து ஒரு மிக்சியும் வாங்குவோம் என்று அவன் அப்போதைக்கு முடிவுசெய்துகொண்டான்.

    சிந்தனைகளும் ஜீவனுள்ள கனவுகளுமாக அப்படியே கிடந்ததனால் இரவு கடந்து சென்றதையும் விடியல் வந்ததையும் அவன் அறியவில்லை. அவசரமாக குளித்து முடித்து, முதல் முறையாக பள்ளிக்குச் செல்லும் வெள்ளை மனம் கொண்ட பிள்ளைபோல அவன் விமானநிலையத்திற்குச் செல்ல டாக்ஸி பிடித்தான்.

* * *

12

காய்ச்சலுக்கான மருந்தை துவக்கத்தில் தப்பூவுக்கு கொடுத்தனர். ஒரு டோஸ் கொடுத்தாலே காய்ச்சல் நின்றுவிடும். கொஞ்சமும் தாமதப்படுத்தாமல் நேற்று இரவே அந்த மருந்தைக் கொடுத்தாயிற்று. காலை முதல் தப்பூ நன்றாக தூங்குகிறான். காய்ச்சல் மற்றும் மருந்தின் காரணமாக அசதியாக இருக்கலாமென்று பானுமதி அம்மா நினைத்தார். காலையில் ஜிதேஷ் வந்திருந்தான். நேற்று அவனை அழைக்காததில் அவனுக்கு வருத்தம் உண்டு.

மருத்துவமனைக்கு வருவதாக முன்பே நிச்சயிக்கப்படவில்லையே. நந்தனுடன் பேசி சற்று நேரம் சென்ற உடனேயே டாக்சி வந்து விட்டது. அதன் பின் அவசர அவசரமாக புறப்பட வேண்டியதாயிற்று. ஒரு ஃபிளாஸ்க்கும், அவனுக்கு இரண்டு ஜோடித் துணியும் தனக்கு ஒரு இரவு உடையும் மட்டும்தான் எடுக்க முடிந்தது. மருத்துவமனை வந்தவுடன் தப்பூவுக்குப் பல முறை வயிற்றுப் போக்கு உண்டாயிற்று. ஆரம்பத்தில் கொஞ்சம் கெட்டியாகப் போயிற்று பின்னர் பலமுறை போனபோது வெறும் தண்ணீராகப் போயிற்று. அவன் சோர்ந்துபோய்விட்டான். நர்ஸ் கொடுக்கச் சொல்லியிருந்த ஓ.ஆர்.எஸ் கரைசல்தான் கொடுத்துக்கொண்டிருந்தாள்.

மருத்துவமனைக்கு வெளியே இருந்த இளநீர்க் கடைகளெல்லாம் மூடியிருந்தார்கள். திறந்திருந்தால் கூட போய் வாங்கி வர யாருமில்லை. ஜிதேசை

அழைக்காமல் வந்தது தவறு என்று அப்போதுதான் தோன்றிற்று. வாடிய பூவைப்போல அவனது முகம் சோர்வடைந்து இருந்தது. ட்யூட்டி டாக்டர் வந்து ஒரு ஊசி போட்ட பின்னர்தான் வயிற்றுப்போக்கு கொஞ்சமாவது மட்டுப்பட்டது. அப்போது முதல் அவன் சோர்வுடன் தூங்குகிறான். ஜிதேஷ் வந்த பின்தான் பானுமதி அம்மா கொஞ்சம் படுத்தாள். ஜிதேஷ் கொண்டு வந்த தோசையை சாப்பிட்டு, டீயைக் குடித்துவிட்டு அலுப்பினால் தூங்கிப்போனாள்.

வடக்குப் பக்க வீட்டிலிருக்கும் ஜானுதான் குடும்ப வீட்டின் சமையல் வேலைகளை எல்லாம் கவனிப்பது. முற்றம் பெருக்குவதும் அவள்தான். அப்பாவும் மகனும் தனித் தனியாக ஆத்துக்குப் போய் துவைத்துக் குளித்து வருவார்கள்.

பானுமதி அம்மாவையும் தப்பூவையும் சுசலா வாடகை வீட்டுக்கு மாற்றிய பின்னர் நாராயணன் நாயருடையவும் ஜிதேஷுடையவும் விஷயங்கள் கஷ்டமாயிற்று. சாப்பாடும் குளிப்பதும் துவைப்பதும் எல்லாம் நேரம் தவறி நடந்தது. ஜிதேஷ் காலையில் ஆட்டோ ஓட்டச் செல்லும் முன் வீட்டில் சாப்பிட்டுச் செல்வதுதான் பழக்கம். ஆனால் ஜானுவுக்கோ அவள் வீட்டு வேலைகளை முடித்துவிட்டே வர இயலும்.

அவளது வீட்டில் அவளுக்கும் நிறைய வேலைகள் உண்டு. பிள்ளைகளை பள்ளிக்கு அனுப்பவேண்டும். வீட்டில் ஒரு கறவைப் பசு உண்டு. அதைக் கறக்க வேண்டும். அதன் பின் மேய விடவேண்டும். அதற்குப்பின் நேரத்தை ஒதுக்கி நாராயணன் நாயருக்கும் ஜிதேசுக்கும் தோசை சுட்டு, மதிய நேரத்துக்கு சோறும் ஒரு குழம்பும் வைத்த பின்னர் கிளம்பிச் செல்வாள்.

வாடகை வீட்டுக்கு மாறுவதற்கு முன் பானுமதி அம்மா ஜானுவை ஏற்பாடு செய்திருந்தாள். ஆனால் இன்று ஜானு சீக்கிரமாகவே வந்துவிட்டாள். தப்பூ ஆஸ்பத்ரியில் இருக்கும் விஷயத்தை, ஜிதேஷ் ஜானுவின் வீட்டில் சென்று சொல்லி இருந்தான். தப்பூவுக்குக் கொஞ்சம் கஞ்சியும் செய்து கொடுத்து விட்டாள் அவள். ஜானுவுக்கும் தப்பூவிற்கும் ஒருவரு மீது ஒருவர் நிறைய பாசம் உண்டு. சுசலாவுடன் இரண்டு வாரக் காலம் குடும்பவீட்டில் இருந்தபோது இருவரும் நெருங்கிவிட்டனர்.

தப்பூவின் சத்தமான அழுகைதான் பானுமதி அம்மாவை தூக்கத்திலிருந்து எழுப்பியது. இதுவரை தப்பூ இதுபோல

சத்தமாக அழுவதை பானுமதி அம்மா கேட்டதில்லை. பல நேரங்களிலும் தோன்றியதுண்டு தப்பூ வயதுக்கு மீறிய பக்குவம் அடைந்திருக்கிறான் என்று. எதைப் பற்றியும் புகாரோ வருத்தமோ கிடையாது. ஒரு விசயத்திலும் பிடிவாதமும் கிடையாது. ஒன்று மட்டும்தான் எந்த நேரமும் கேட்பான்.

"அப்பா எப்ப வருவாங்க பாட்டி?"

அந்த கேள்விக்கு முன் பல நேரங்களிலும் பதிலேதும் இல்லாமல் மௌனமாக இருந்து விடுவார் பானுமதி அம்மா. அப்பொழுதெல்லாம் கண்கள் மேலே உயர்ந்து செல்வதுதான் வாடிக்கை. மௌன வேண்டுதல். தப்பூவுக்கும் நந்தனுக்கும் இடையேயான இதய பந்தத்தின் ஆழத்தைக் காண்பதற்காக பானுமதி அம்மா பல முறை அவனது இதயத்துக்குள் இறங்கிச் செல்ல முயன்றிருக்கிறாள். முடியாது என்று தோணும்போது திரும்பி விடுவதுதான் அவளது வாடிக்கை என்றாலும்.

ஐந்து தினங்களுக்கு முன் ஒரு நாள். வாடகை வீட்டில் உள்ள அவனது படிப்பு அறைக்கு பாலுடன் சென்றாள் அவள். தப்பூ அப்போது விசும்பி அழுதுகொண்டிருந்தான். அதைப் பார்த்தபோது பானுமதி அம்மாவுக்கு சங்கடமாயிற்று. எதற்காக அழுகிறான் என்று தெரியவில்லை. தனிமைப்படுவதனால் இருக்கலாம். பள்ளியிலிருந்து வந்தால் அவனுடன் விளையாட பக்கத்து வீடுகளில் சிறுவர்கள் யாருமில்லை. அவனுக்கு அப்பா அம்மா நண்பர்கள் எல்லாமும் பானுமதி அம்மா மட்டும்தான்.

"என்னடா குட்டி, என்ன ஆச்சு?"

பானுமதி அம்மா பேச்சை இழுத்து கவலையை மறைத்தபடி கேட்டாள். பானுமதி அம்மாவைக் கண்டதும் அவன் முகத்தை துடைத்துக்கொண்டான்.

"சொல்லுடா குட்டி" பானுமதி அம்மா அவனது தாடையைப் பிடித்து முத்தம் கொடுத்தாள்.

"அப்பா" அப்படி சொல்லும்போதும் அவனுக்கு விசும்பலை அடக்க முடியவில்லை.

"தப்பூவுக்கு பாட்டி ஒரு கதை சொல்லித் தரட்டுமா?"

அப்பா என்ற சொல்லை கேட்காததுபோல பானுமதி அம்மா சொன்னாள். கதை என்று கேட்டதும் அவனது கண்கள்

வெள்ளியோடன் | 69

மின்னியது. நிறைந்து வடியப் போவதுபோல இருந்த கண்ணீர் துளிகள் யாவும் ஆவியாகப் போய்விட்டது. உதடுகளின் புன்னகையின் முத்து மாலைகள் மின்னத் துவங்கியது. படிக்க இருந்த கணக்குப் புத்தகத்தை பானுமதி அம்மாவே மூடி வைத்தாள்.

"இன்று இனி என் குட்டி படிக்க வேண்டாம். எந்நேரமும் நீ படித்துக்கொண்டிருந்தால் எப்படி?" பானுமதி அம்மா இப்படித்தான். சில நேரங்களில் அவனை சந்தோசப்படுத்த புத்தகங்களை எல்லாம் மூடி வைக்கச் செய்து கதைகள் சொல்லிக் கொடுப்பாள். ஒவ்வொரு கதை கேட்கும்போதும் அவன் ஆனந்தத்தின் மலை ஏறிச் செல்வதைக் கண்டு பானுமதி அம்மா வியந்து போவாள். பானுமதி அம்மா கொடுத்த பாலை ஒரே இழுவையில் குடித்து முடித்து உதட்டை கையால் துடைத்து கதை கேட்கத் தயாராக நின்றான் அவன். பானுமதி அம்மாவுக்கு சிரிப்பு வந்தது. இன்று எந்தக் கதை பாட்டி சொல்லப் போகிறாய்.

அவன் அப்படிக் கேட்டபோதுதான் பானுமதி அம்மா சிந்தித்தாள் எந்தக் கதை சொல்வது என்று .'டிப்புக்குவ்வ' பானுமதி அம்மாவுக்கு அப்போது நினைவுக்கு வந்தது அந்த கதையின் பெயர்தான். பானுமதி அம்மா குழந்தையாக இருந்தபோது அவளது அப்பா சொல்லித் தந்த கதைதான் அது. அப்பாவிடமிருந்து மகளுக்கும் அவரிடமிருந்து அவரது பேரனுக்கும் பரம்பரையாக சொல்லும் கதை.

"அய்யா நல்ல பேரு" அவன் சந்தோசமாகச் சொன்னான்.

"ரொம்ப ரொம்ப காலத்துக்கு முந்தி" பானுமதி அம்மா கதை சொல்லத் துவங்கினாள்.

"அப்படின்னா எத்தனை வருடம் முந்தி பாட்டி?" அவன் இப்படி கேள்விக் கணைகளை தொடுத்துக்கொண்டே இருப்பான்.

"ஒரு நூறு வருடங்களுக்கு முந்தி.." அப்படிச் சொல்லி பானுமதி அம்மா கதையைத் தொடர்ந்தார்.

"மேற்குப் பக்கத்தில் ஒரு சலவைக்காரர் இருந்தார். வீடு வீடாக ஏறி இறங்கி அழுக்குத் துணிகளை வாங்கி ஆத்துல போயி துவைத்து இஸ்திரி போட்டு திரும்பக் கொடுப்பதுதான் அவருக்கு வேலை. ஊர்க்காரங்க அவரை டோபி என்று அழைத்தனர்.

“கல்ப்ல அம்மா, அப்பாவோட டிரஸ் எல்லாமெடுத்து லாண்டரிக்குப் போடுவது அப்பாதான்.”

“அதென்ன, தப்பூவோட டிரஸ் அப்பா கொண்டு செல்ல மாட்டாரரா?” உதட்டை வளைத்துக்கொண்டு பானுமதி அம்மா கேட்டார்.

“என்னதும் கொண்டு போவார்” சிரித்தபடி தப்பூ சொன்னான்.

“அப்படி ஒருநாள் கழுகி இஸ்திரி போட்ட துணிகளை எல்லாம் தலைச்சுமையாக எடுத்துக்கொண்டு காட்டு வழியாக அடுத்த ஊருக்குப் போய்க்கொண்டிருந்தார். பெரிய்ய காடு...” காடு என்று சொன்னதும் அவனது பிஞ்சு முகம் காடுபோல விரிந்தது, பின் இருண்டது. அதைப் பார்த்து பானுமதி அம்மாவுக்கு உள்ளுக்குள் சிரிப்பு வந்தபோதும் அதை வெளிக்காட்டாமல் கதையைத் தொடர்ந்தார்.

“நடுக் காட்டுக்கு வந்தபோதுதான் திடீரென இடி இடித்தது, மின்னல் அடித்தது, மழை கொட்டியது” இடி, மின்னல் என்று சொன்னதும் அவன் இரண்டு கைகளாலும் காதைப் பொத்தினான், கண்களை மூடிமூடித் திறந்தான். கதை கேட்கும்போதே ஒரு முப்பரிமாண திரைப்படம் காண்பதுபோல அவனது உடல் செயல்படுவதை பானுமதி அம்மா உணர்ந்தாள்.

அவனது இரண்டு கைகளையும் சேர்த்து பிடித்தபடி அவர் கேட்டார். “மழை வந்தால் என்ன செய்ய வேண்டும்?”

“குடை பிடிக்கணும்” நேரத்தை வீணடிக்காமல் அவன் பதில் சொன்னான்.

“பாவம் டோபி. அவன் குடை எடுக்கவில்லை. திடீர்ன்னு வந்த மழை தானே. மழைக்காலம் இல்லையே.”

“பாவம்” இரண்டு உதடுகளையும் குவித்து அவனும் பானுமதி அம்மாவுடன் கவலைப்பட்டான்.

“ஆனா, டோபி என்ன செய்தான்னு குட்டி தம்பிக்கு தெரியுமா?” உடலை முழுவதும் ஆட்டி கதையை நடித்துக் காட்டுவதுபோல பானுமதி அம்மா கேட்டார்.

“தெரியாது.”

"டோபி துணிகளை எல்லாம் இலைகளால் பொட்டலம் கெட்டி நனையாம பத்திரம்மா வச்சுட்டு பக்கத்துல இருந்த பெரிய மரத்தோட பெரிய பொந்துக்குள்ள மழை நனையாம நின்னுக் கிட்டான்."

இரண்டு கைகளையும் அகலமாகக் காட்டி மரத்தின் பொந்தின் அளவை தப்பூவுக்கு புரிய வைத்தார் பானுமதி அம்மா. கொஞ்சம் இலைகளைப் போட்டு மரத்துல இருந்த பொந்தையும் அவன் மூடிட்டான்.

"டோபி நல்ல புத்திசாலி" அவன் வியந்துபோனான்.

"மழை கொஞ்ச நேரத்துல கொறஞ்சதும் அந்த வழியா வந்த ஒரு மான் மரத்தையும் அதுல இருக்கிற பொந்த இலையால மூடியிருக்கிறத பாத்துட்டு இலையே நீக்கிட்டு கையவுட்டு அதுக்குள்ளே ஏதாவது இருக்குதான்னு பாத்தது. அதுக்கு பசி. டோபி ஒரு சேட்டை செய்தாரு."

கதையில் இந்தப் பகுதிக்கு வந்தபோது வார்த்தைகள் அவனைத் தூங்கச் செய்திருந்தன. பானுமதி அம்மாவின் மடியில் தலையைச் சாய்த்தபடி அவன் தூங்கி இருந்தான். அவனைத் தூக்கி கட்டிலில் படுக்கச் செய்து அவரும் அவனுடன் படுத்துக் கொண்டார்.

இது நடந்து இரண்டாவது நாள்தான் அவன் சின்ன சைக்கிளிலிருந்து விழுந்ததும் இடுப்புல வலிக்குதுன்னு பாட்டியிடம் வந்ததும் பானுமதி அம்மா தைலம் தேய்த்து படுக்க வைத்ததும். இப்பொழுது தூக்கத்திலிருந்து எழுந்த உடனே சத்தமாக அழுதுகொண்டிருந்த தப்பூ இடப் பக்க இடுப்பை அழுத்திப் பிடிக்கிறான். பானுமதி அம்மா அங்கே தடவிக்கொடுத்தபோதும் அவனது அழுகை குறையவில்லை. ஜிதேஷ் மருத்துவரை தேடி அறைக்கு வெளியே ஓடிச்சென்றான். தப்பூவின் சத்தமான அழுகையைக் கேட்டபடியேதான் நந்தன் அங்கே வந்தான். வந்தவன் உடனே தப்பூவை வாரியெடுத்து ஆசை தீர முத்தமிட்டான்.

* * *

13

புத்தகக்கடையில் உள்ள கம்ப்யூட்டரில்தான் ராமகிருஷ்ணன் முகநூலும் மெயிலும் எல்லாம் பார்ப்பது. அரைமணி நேரம் முன்னேயே வந்து விடுவது அவனது வாடிக்கை. அந்த அதிகப்படியான நேரத்தைத் தனது சொந்த வேலைக்காக பயன் படுத்துவான். கடைக்கு வந்த உடனேயே தனது மெயிலை பரிசோதித்துவிட்டு மெதுவாக முகநூலுக்குள் கடப்பான். அங்கிருக்கும் கோலாகலங்களையும், பிரச்னைகளையும், பூ மாலைகளையும் வாசித்த பின் யாருக்கும் தெரியாமல் வெளி வருவான். இதற்கிடையே இன் பாக்ஸில் வரும் தனிப்பட்ட மெசேஜ்களுக்கு சில நேரங்களில் வார்த்தைகளாலும் சில நேரங்களில் மௌனத்தாலும் பதில் அனுப்புவான். தெரியாத நபர்களிடமிருந்து மெசேஜ் வந்திருந்தால் அவர்களது தனிப்பட்ட விபரங்களை பார்த்த பின்னரே அவற்றை ஏற்றுக்கொள்வான். அதுபோல ஒவ்வொன்றாக பார்த்துக்கொண்டு வரும்போதுதான் முன் பரிச்சயமில்லாத ஒரு பெண்ணின் நட்புக்கான விண்ணப்பம் அவனது முகநூலுக்குள் பறந்து வந்தது. டயானா க்ளீட்டஸ். Married to Cleatos George ஸ்டேட்டசில் பெரிதாக கொடுத்திருக்கிறது. அதன் பின் ஒரு நீச்சலடிப்பவனின் லாகவத்துடன் அவளது ஆல்பங்களுக்குள்ளே உற்சாகத்துடன் இறங்கினான். க்ளீட்டசுடன் இருக்கும் வண்ணப்படங்கள். அவர்கள் இரண்டு பேருக்குமிடையே ஒரு பூ மொட்டுப்போல ஒரு ஐந்து வயது சிறுவன்.

க்ளீட்டசின் மனைவி என்னும் உண்மை அவனுக்கு நடுக்கத்தை தந்தது. நட்புக்கான அழைப்பை ஏற்க வேண்டுமா இல்லை..? அவனது சிந்தனைகள் சிக்கலிலிருந்து சிக்கலுக்கு தாவிக்கொண்டிருந்தது. இவளுக்கு நிச்சயமாக தன்னிடம் ஏதோ சொல்ல வேண்டி உள்ளது. நிராகரிப்பது சரி இல்லை. ஏற்க வேண்டியதுதான். அப்படி முடிவெடுத்து மெசேஜ் அனுப்பினான். மெசேஜ் அனுப்பி அதிக நேரம் ஆகியிருக்கவில்லை. இன் பாக்ஸில் மெசேஜ்கள் சரசரவென விழுந்தன.

"எனக்கு உங்களிடம் நேரடியாக சில விஷயங்கள் பேச இருக்கிறது. பேசலாமா?"

"எனக்கு உங்களைத் தெரியாதே?"

இந்த விஷயத்திலிருந்து விலகிச் செல்வதற்காகத்தான் ராமகிருஷ்ணன் அப்படி பதில் தந்தது.

"ஐயோ சாரி, நான் க்ளீட்டசின் மனைவி."

அப்பொழுதுதான் அவள் நினைத்திருக்கக்கூடும் அவள் தன்னை அறிமுகப் படுத்திக்கொள்ளவில்லையே என்று.

"உம்..."

"எப்போது பார்க்கலாம்?"

அவள் விடுவதாய் இல்லை.

"வெள்ளிக்கிழமை மாலையில்" அவன் இயந்திர கதியில் இதைச் சொன்னான்.

"எங்கே?"

"மெகா மாலுக்கு பின்புறம்தான் நான் வசிக்கிறேன்" கம்ப்யூட்டரின் முன் ராமகிருஷ்ணன் நிம்மதி இழந்து இருந்தான்.

அவள் எதற்காகத் தன்னை காண விரும்புகிறாள். சுசலாவுக்கும் தனக்கும் இருக்கும் நட்பைப் பற்றி அவள் அறிந்திருப்பாள். க்ளீட்டசுக்கும் டயானாவுக்கும் இடையே சண்டை என்றுதானே சுசலா சொல்லியிருந்தாள். சுசலாவின் வார்த்தைகளிலிருந்து டயானாவின் ஒரு பேய் வடிவத்தை அவன் உருவாக்கியிருந்தான்.

வெள்ளிக்கிழமை மாலை ஐந்து மணிக்கு முன்னரே அவள் மெகா மாலுக்கு பின்புறமுள்ள ரெயின்போ ரெஸ்ட்டாரெண்ட்

சமீபமாக வந்து அவனை அழைத்தாள். தனது ஒற்றை அறை ஃபிளாட்டுக்கு அவன் வழி சொல்லிக் கொடுத்தான்.

அவனின் ஃப்ளாட்டின் தனிமையில் முதல் முறையாக ஒரு பெண்ணின் வாடை கடந்து வருகிறது. அறையிலிருந்த ஒரே ஒரு இருக்கையில் அவளை உட்காரச் செய்தான். அவன் கட்டிலில் அமர்ந்துகொண்டான். சுசலாவின் முகத்துக்கு நட்சத்திரங்களின் பளபளப்பு இருந்தது என்றால் டயானாவுக்கு கருப்பு நிறத்தின் அழகு இருந்தது. சுசலாவைவிட தடித்தவள். ஒரு ஃபிரேமுக்குள் அடங்குபவள் சுசலா. ஆனால் அங்கங்கே எல்லைகள் மீறி தொங்கிக்கொண்டிருக்கும் உடல்தான் டயானாவுடையது. இரண்டு தேகங்களை முதலாவதாக ஒத்துப் பார்த்துக்கொண்டிருந்தான் அவன்.

“தனியாகத்தான் தங்கி இருக்கிறீர்களா?” அந்தக் கேள்வி அவனை ஒத்துப் பார்வையிலிருந்து பின்னுக்கு இழுத்தது.

“ம்” சிரித்தான் ராமகிருஷ்ணன்.

“ஏதோ சொல்ல இருப்பதாக சொன்னீர்கள்?” அவன் அப்படிக் கேட்கும்போதே அவளது முகத்தில் கவலைகள் தோன்றத் துவங்கின.

“என்னையும் என் மகனையும் நீங்கதான் காப்பாத்தணும்” முதல் முறையாகச் சொன்ன இந்த வார்த்தைகளே அவனை நிம்மதி இழக்கச் செய்தது. அவள் சொல்வதற்கு முன்னேயே அவனுக்குத் தெரியும் அதுதான் அவளது வருகையின் காரணம் என்று.

தனக்கும் சுசலாவுக்கும் இடையேயான நட்பின் ஆழமும் அகலமும் தெரிந்துதான் டயானா வந்திருக்கிறாள் என்று ராமகிருஷ்ணன் மனதில் நினைத்தான். சுசலாவை க்ளீட்டசிட மிருந்து விலகச் செய்வது தன்னால் இயலாத காரியம் என்ற அவனது கணிப்பு அவன் மனதுக்கு வேதனையைத் தந்தது. இயலாமையின் படிகளில் இறங்கிச் செல்லும் அவளுடன் மெதுவாகப் பின்தொடரும் ஐந்து வயது முகமறியாத சிறுவனின் நிழற்படம் அவனது மனதில் தெரிந்தது.

அனாதைகளாவதிலிருந்து தங்களை காப்பாற்றுமாறு பிச்சைகேட்டு கரம் ஏந்தி நிற்பது இரண்டு குழந்தைகள் என்ற நினைப்பு அவனை கலங்க வைத்தது.

"க்ளீட்டசை அவளிடமிருந்து நீங்கள் மீட்டுத் தர வேண்டும். அதற்காகத்தான் நான் விசிடிங் விசாவில் இங்கு வந்திருப்பது. இங்கு வந்து இரண்டு வாரங்களாகிவிட்டன. அவள் எனக்கு எதிராக முகநூலில் கெட்டவார்த்தைகளையும் அவதூறுகளையும் வீசி எறிகிறாள். அவளுடன் பெரிய பெரிய ஆட்களெல்லாம் இருக்கிறார்கள். எழுத்தாளர்களும் பத்திரிகைகளைச் சேர்ந்தவர்களும். ஆனால் நான் தனிமையில்..."

அவளது கண்கள் குளமாயின. முகநூலில் அவளை சுசலா ராட்சசியாகச் சித்திரித்திருந்தாள். ஆனால் அவள் இங்கே இயலாமையுடன் கண்ணீர் மல்க யாசகம் கேட்பவளாக... விசும்பியபடி நிற்கிறாள்.

அவள் மெதுவாக இருந்த இடத்திலிருந்து எழுந்து அவன் பக்கமாக வந்தாள். அப்பொழுதும் அவளது உதடுகள் துடித்துக்கொண்டிருந்தது. ராமகிருஷ்ணன் இருந்த இடத்திலிருந்து எழுந்து அவளது தோளில் கை வைத்தான். ராமகிருஷ்ணன் கண்களை மூடிக்கொண்டான். அப்பொழுது அவர்கள் இருவருடைய மூச்சுகள் ஒரு புள்ளியில் சந்தித்துக்கொண்டன.

"அண்ணா," அவளது குரல் உடைந்திருந்தது.

"உனக்கானது உனக்கே கிடைக்கும். அவன் உன்னுடையவன். உன்னுடையவன் மட்டும்." இதைச் சொல்லிவிட்டு அவன் வாசலை திறந்தான். "வா, கொஞ்ச தூரம் நாம் நடந்து, வருவோம்."

அவன் அவளுடன் சேர்ந்து வீட்டுக்கு வெளியே சிறு சந்து வழியாக மெகா மாலை நோக்கி நடந்தான். அப்பொழுதும் அவள் பேசிக்கொண்டே இருந்தாள். க்ளீட்டசை பற்றி மகனைப் பற்றி, சுசலாவைப் பற்றி.

ராமகிருஷ்ணனின் மனம் சஞ்சலப்பட்டுக்கொண்டே இருந்தது. சுசலாவின் கணவன் நந்தன் தேடி வந்ததும் தன்னிடம். தப்பூவை திரும்பப் பெற்றுத் தர. க்ளீட்டசின் மனைவி டயானா தேடி வந்ததும் தன்னிடம்தான். ஒரு இடத்தில் பெண் வேட்டையாடப்படும்போது இன்னொரு இடத்தில் ஆண் வேட்டையாடப்படுகிறான். ஒரு இடத்தில் ஆண் வேட்டைக்காரன் ஆகும்போது வேறு ஒரு இடத்தில் பெண் வேட்டைக்காரி ஆகிறாள்.

எல்லா இடங்களிலும் அனாதைகள் ஆக்கப்படுவது களங்கமற்ற குழந்தைகள்தான். திருமண பந்தம் என்பது அங்கீகரிக்கப்பட்ட ஒரு நிறுவனமாகும். வாழ்க்கையை அந்த வட்டத்துக்குள் ஒதுக்கி நிறுத்தும்போது பிரச்னைகள் எதுவும் இல்லாமல் போகிறது. அந்த வட்டத்துக்கு வெளியே சென்றுவிட்டாலோ கூட்டத்திலிருந்து வழி தவறிய காட்டு யானையைப்போல பிளிறியபடி ஓடுகிறது. வழி தெரியாமல் சுசலாவுடையும் க்ளீட்டசுடையவும் செயல்கள் அதுபோன்ற வழி தவறிய ஓட்டங்கள்தான். அர்த்தமில்லாத அவசரச் செயல்கள்.

எதிர்பார்க்கக்கூடிய ஒரு தீவு சற்று தூரத்தில் இருப்பதாக ராமகிருஷ்ணன் டயானாவுக்குக் காட்டினான். அந்த தீவுக்கு தோணியோட்டிப் போக வேண்டும். நீர்ப் பரப்பு சாந்தமாக இல்லை. அலைகள் சில நேரங்களில் ஆவலுடன் பொங்குகிறது. விசைப் படகு நம்மிடம் இல்லை. கைவசம் இருப்பது சிறு தோணிகள்தான். துடுப்பு கை நழுவிச் சென்றால் நாம் ஆழத்தில் மூழ்கி மடிந்து விடுவோம். நாம் இல்லாமல் போவது எதிரணியினருக்கு வெற்றியைத் தரும். எதிரணியினரை ஒருபோதும் வெற்றி பெற விடக் கூடாது. இங்கே எதிர்பார்ப்புத்தான் துடுப்பு. செய்ய வேண்டிய கடமை துடுப்பை வைத்து தோணியை நகர்த்துவதுதான். தீவுதான் வாழ்க்கை. நீ உன் தீவுக்கு செல்ல முயன்றுகொண்டே இரு. வெற்றி உனக்குத்தான். க்ளீட்டஸ் உன்னிடம் வருவான். மகன் அனாதை ஆக மாட்டான். மனதில் தோன்றியவற்றை எல்லாம் ராமகிருஷ்ணன் டயானாவிடம் சொல்லிக்கொண்டிருந்தான். ராமகிருஷ்ணன் பேசி முடித்ததும் அவளது கண்களில் வெளிச்சம் மின்னுவதைக் காணமுடிந்தது.

சாலையருகில், அப்போது அவளுக்காக வந்து நின்ற டாக்ஸியில் டயானா சரிந்து ஏறினாள். சீட் பெல்டை கட்டிக்கொண்டே மறு கையால் ராமகிருஷ்ணனுக்கு போகிறேன் என்று கை காட்ட,

“கடவுளே, இந்த உலகில் எந்த ஒரு குழந்தையும் அனாதை ஆக்கிவிடாதே” என்றபடி அவன் கண் மூடி வேண்டினான்.

* * *

14

வண்ண விளக்குகளின் வெளிச்சத்தில் மாநகரத்தின் அந்த ஒற்றை அறை ஃபிளாட்டில் விண்டோ A/cயின் குளிர்ச்சியில் தூங்கிக்கொண்டிருந்த ராமகிருஷ்ணனின் ஃபோன் நிற்காமல் சத்தம் எழுப்பிக்கொண்டிருந்தது. நல்ல தூக்கத்தை கெடுக்கும் விதமாக அது சத்தம் கொடுத்துக்கொண்டிருந்தது. சுசலாவின் ஃ போன்.

நள்ளிரவு! எதுவும் பிரச்னையோ? கடந்த விடுமுறை நாளில் அவளை சந்தித்தபோது நிறைய பிரச்னைகள் என்று சொன்னாள். டயானா இங்கு வந்ததற்கு பின் க்ளீட்டசின் மனது மிகவும் மாறியிருக்கிறதாம். அவளது விசிடிங் விசாவின் கால அளவு முடிவடைவதற்கு இன்னும் நாற்பத்தி ஐந்து தினங்கள் இருக்கிறது. அதற்குள் க்ளீட்டஸ் முழுவதுமாக மாறி விடுவானோ என்பது அவளது சந்தேகம்.

கடந்த மாதத்துக்குப் பின், அதாவது டயானாவின் பாதங்கள் இந்த மண்ணை மிதித்ததற்குப் பின், க்ளீட்டஸ் மிகவும் கோபக்காரனாயும், குடிகாரனுமாயும் மாறியிருக்கிறான். சுசலாவுடன் கோபத்துடன் மட்டுமே பேசுகிறான். இதெல்லாம் அவள் அன்று சொல்லியிருந்தாள். சுசலா அவனைத் தொற்றிக்கொண்டிருக்கும் பேயாக அவனுக்கு இப்போது தோன்றுகிறாளாம். டயானா அவளுக்கு அனுப்பிய முகநூல் வாசகங்களுக்கு மிரட்டலின் தொனி உள்ளதாம்.

“என் க்ளீட்டசை விட்டுத் தர முடியாது. என் மகனுக்கு தந்தை அவர். இதை வாசித்தவுடன் அவளது உடல் நடுங்கியது.

அந்த இரவு க்ளீட்டசுடன் கிடக்கும்போது அவளுக்குள்ளே ஒரு பயம் உருவெடுத்திருந்தது. அதன் பிறகு வந்த இரவுகளிலெல்லாம் அவன் அவளை சேர்த்து அணைக்கவில்லை. பல நேரங்களிலும் பார்வையை அவள் மீதிருந்து அவன் பின்னுக்கு இழுத்துக்கொண்டிருந்தான். அவள் அதற்கு முயன்று கொண்டிருந்த போதிலும்.

இப்பொழுது, மேசைமேல் எப்போதும் மதுக்குப்பிகள்தான். ஆஃபீசுக்கு வேலைக்குச் சென்றும் நாட்கள் அதிகமாகிவிட்டன. நேற்று கம்பெனியிலிருந்து வந்த ஃபோனுக்கு பதில் சொன்னது அவள்தான். உடல் நலமில்லாமல் படுத்திருக்கிறான் என்று அவள் சொன்னாள். மருத்துவமனையில் இருப்பதாகவும் அவள் சொன்னாள். குடித்துவிட்டு சுய நினைவின்றி கிடப்பவனைப் பார்த்துக்கொண்டே அவள் பொய்களைச் சொன்னாள்.

“ராமா அவன் என்னை அடிக்கிறான். அவன் என்னை கொன்று விடுவான். காப்பாத்துங்க ப்ளீஸ்” ஃபோனில் இதை சொல்லும்போது அவள் அழுதுகொண்டிருந்தாள். க்ளீட்டஸ் கூச்சலிடுவது இந்தப் பக்கம் கேட்கிறது.

“எந்த நாயின் மகனை நீ அழைக்கிறாய்? உன்னை யாரடி அழைத்துச் செல்வான்? நான் பார்க்கிறேன்” மோசமான வார்த்தைகளை அவனது நாக்கு அவளுக்கு நேராக வீசியது.

“ராமா, இனி எனக்கு இங்கே இருக்க”, அவளது வார்த்தைகள் பாதியில் துண்டிக்கப்பட்டது. பலமான அடி அவளுக்குக் கிடைத்திருக்கக் கூடும்.

ராமகிருஷ்ணன் யோசித்தான். அவளை காப்பாற்ற வேண்டும். அல்லது நாளை ஒரு மரணத்துக்கு சாட்சியாக நேரிடலாம். தீய செயல்களை தடுத்தே ஆகவேண்டும். எதுவும் நடந்த பிற்பாடு கவலைப்பட்டு புண்ணியமில்லை. போலீசை அழைப்போம். அவன் முடிவெடுத்தான். அவள் தங்கியிருக்கும் இடம் தெரிய வேண்டும். மீண்டும் அவளுக்கு ஃபோன் செய்தான்.

“ஐயோ, போலீசிடம் சொல்ல வேண்டாம் ராமா... ப்ளீஸ்” அலறியபடி சுசலா ராமகிருஷ்ணனிடம் சொன்னாள்.

சட்டம் பூமராங்போல அவளிடம் திரும்பி வரும். விபச்சார குற்றத்திற்கான தண்டனை கடுமையானது.

டாக்சியில் அல் நஹ்தா வரை போகலாம். அவன் அப்படி யோசிக்கும்போதுதான் அவனுக்கு ஸ்ரீநாத்தை நினைவுக்கு வந்தது. துபாயில்தான் அவனும் குடும்பத்துடன் வசிக்கிறான். தனக்கும் சுசலாவுக்கும் நண்பர்கள். சில விசயங்களை எல்லாம் அவனிடமும் அவள் சொல்லியிருந்தாள். இரண்டாவது முறை அழைத்தபோதுதான் ஸ்ரீநாத் ஃபோனை எடுத்தான்.

"ராமண்ணா, நீங்க சொன்னாத்தான் ஆர்யா வருவா. நீங்களே சொல்லுங்க" இதைச் சொல்லி ஸ்ரீநாத் ஃபோனை மனைவியிடம் கொடுத்தான். சுசலாவுக்கு உதவ ஆளில்லை என்பதையும் அந்த நேரம் அவர்கள் தலையிட வேண்டியதன் அவசியத்தையும் ஒரு சினிமாபடம்போல அவன் ஆர்யாவிடம் கூறினான். முடியாது என்று அவளுக்கு சொல்ல இயலவில்லை. தேவையான விசயங்களில் மட்டுமே ராமகிருஷ்ணன் தலையிடுவான் என்பது ஆர்யாவுக்குத் தெரியும். மோசமான ஒரு வார்த்தைகூட அவனது நாவிலிருந்து வருவதை அவள் கண்டது கிடையாது. தன்னை தேடி வருபவர்களுக்கு உதவிகளை மட்டும் செய்யும் குணம் ராமகிருஷ்ணனுக்கு. ராமகிருஷ்ணனுடைய இதயம் அன்பு கொண்டு மட்டும் படைக்கப்பட்டுள்ளதோ என்று அவள் பல நேரங்களிலும் சிந்தித்ததுண்டு. உலகிலுள்ள அனைத்துடனும் அன்பு. ஸ்ரீநாத் சொல்லக் கேட்டிருக்கிறாள், ஒரு எறும்பைக்கூட கொல்லாத மனிதன் ராமகிருஷ்ணன் என்று. அப்படிப்பட்ட மனிதனிடம் இயலாது என்று சொல்வது முடியாத விஷயம்.

ஸ்ரீநாத்துடன் சுசலா தங்கியிருக்கும் இடத்துக்குச் செல்ல அவள் தயாரானாள். சுசலாவை எங்கே தங்கச் செய்வது என்ற விசயத்தில் மூன்று பேரும் வெகு நேரம் சிந்தித்தனர். ஸ்ரீநாத்தும் ஆர்யாவும் ஐந்து வயதேயான மகள் தேவூட்டியும் நைஜீரியன் குடும்பத்தோடு ஷேரிங் முறையில் தங்கியிருக்கிறார்கள். அந்த ஒடுங்கிய அறையில் இனி ஒரு நபரை சேர்த்துக்கொள்ள முடியாது. ராமகிருஷ்ணனோ தனிமையில் வாழும் மனிதன். கடைசியில் சுசலாவே சொன்னாள். வக்கீலான அவளது தோழி ஷெரிபாவின் வீட்டில் தங்கிக் கொள்கிறேன் என்று.

ஓர் இரவிலேயே லிவ்விங் டுகெதர் என்பது தனிமைப்படுவது எனும் நிலைமைக்கு மாறிவிட்டதாக ராமகிருஷ்ணனுக்குத் தோன்றியது.

இது போன்ற உறவுகள் கடைசியில் இயலாமையின் ஏதாவது வழிகளில் பயணித்து எங்காவது மோதி நின்றுவிடும் என்று அவன் நினைத்தான். ஆனால் யாரிடமும் எதுவும் அவன் சொல்லவில்லை.

* * *

15

தப்பூவின் உடல் முழுவதும் நடுங்கிக்கொண்டிருந்தது. வலி அதன் எல்லைகளை தாண்டி அவனை கட்டிப்பிடித்திருக்கிறது. வலி அவனை ஒவ்வொரு முறை தழுவும்போதும் மருத்துவமனையின் அந்தக் கோடிக்கு வரை கேட்கும் படி அவன் சத்தமாக கதறுகிறான். இடுப்பிலிருந்துதான் அவனுக்கு வலி துவங்குகிறது. காய்ச்சலிலிருந்து அவனுக்கு எப்போது வலி துவங்கியது என்று புரியாமல் பானுமதி அம்மா தவித்தார். இறைவனிடம் வேண்டினார். எல்லா கேள்விகளுக்கும் பதில்கள் இறைவனின் சந்நிதானத்தில் பத்திரமாக இருக்கக் கூடும்.

காய்ச்சலுடன் ஆஸ்பத்திரிக்கு வந்து பத்து நாட்கள் ஆகிவிட்டது. காய்ச்சல் சுத்தமாக போய்விட்டது. இரண்டாவது நாள் காலையில்தான் அவனுக்கு இடுப்பில் வலி எடுக்கத் தொடங்கியது. வலி மருந்துகளுக்குக்கூட வலியைக் கட்டுப்படுத்த முடியாமல் போனபோதுதான் அவனை அவர்கள் எலும்பு முறிவுப் பகுதிக்கு கொண்டு சென்றனர். எக்ஸ் ரே, ஸ்கானிங் முதலிய பரிசோதனைகளிலெல்லாம் இடுப்பில் எந்த விதமான குறைபாடும் காண முடியவில்லை

வலி சற்று மயங்கிக் கிடக்கும் நேரங்களில் தப்பூ கவலை தோய்ந்த முகத்துடன் கொஞ்சம் தூங்குவான். அதிக நேரம் அவனை நிம்மதியாகத் தூங்க வலி விடுவதில்லை. மெதுவாக அவனது இடுப்புப் பகுதிக்கு வலி இறங்கத் துவங்கும்போது

அந்த மருத்துவமனையின் முற்றத்திலும் உள் அறைகளிலும் தப்பூவின் அழுகையின் எதிரொலி கேட்கத் துவங்கும்.

அவனுடைய முதல் அழுகையைக் கேட்டுக்கொண்டுதான் நந்தன் உள்ளே வந்தான். இந்த பத்து தினங்களிலும் அவனுடன் சற்று விளையாடவோ அவனது முகத்தைப் பார்த்து சிரிக்கவோ நந்தனுக்கு இயலவில்லை. ஒரு வருடம் காத்திருந்த பின்பு அப்பா மகனையும் மகன் அப்பாவையும் காணுகிறார்கள். தப்பூவுக்கு கண்ணை திறந்து அப்பாவை காண இயலவில்லை. அவனது அலறல்கள் எல்லாம் பெரும் போர்களுக்கிடையே வீசப்படும் விஷ அம்புகளாக நந்தனின் இதயத்தில் பாய்ந்தன.

அவனது வலிகளை எல்லாம் தனக்குக் கொடுத்து, அவனுக்கு நிம்மதியைக் கொடு ஆண்டவா என்று நந்தன் ஒவ்வொரு நிமிடமும் வேண்டினான். ஆண்டவன் குருடனும் செவிடனும் ஆக இருப்பானோ என்று தோன்றத் துவங்கிய நேரங்கள் அந்த நிமிடங்கள். பின்னும் நினைவுக்கு வந்த கோவில்களுக்கெல்லாம் அவன் வேண்டுதல்கள் நேர்ந்துகொண்டே இருந்தான்.

கணினி மொழியில் பேசிக்கொண்டிருந்த நாட்களில் ஒருபோதும் கடவுள் நம்பிக்கையையோ வேண்டுதல்களையோ அவன் பின் தொடர்ந்தது கிடையாது. சுசலாவை சுமங்கலியாக்கத்தான் அவன் வெகு நாட்களுக்குப் பின் திருவங்காடு கோவிலுக்குப்போனது. திருமணத்துக்குப் பின்னும் அவன் ஒரு கோவிலுக்கும் சென்றிருக்கவில்லை. வேண்டுமென்றே அவன் அப்படிச் செய்யவில்லை. சுசலா ஒரு உலகாய சிந்தனைக்காரியாக இருந்தாள். ரூவி நகரத்தின் ஐ.டி சொலூசன் சென்டரிலிருந்து வீட்டுக்குத் தவிர வேறு எங்கும் செல்ல நேரம் போதாமல் இருந்தது.

முதல் குழந்தைக்கு சோறு கொடுப்பது கோவிலில் வைத்துத்தான் செய்ய வேண்டும் என்று அண்ணி கட்டாயமாகச் சொல்லி இருந்தார். சுசலாவின் எதிர் மறையான நிலைப்பாடுதான் அப்படி வேண்டாம் என்று முடிவு எடுக்கக் காரணமாயிற்று. குழந்தைக்கு சோறு கொடுக்கும் நிகழ்ச்சி வீட்டு ஹாலில், அவளது நண்பர்களுக்கிடையே, குதூகலமாக நடந்தது. ஐந்து வருடங்களுக்கு முன்பு.

காலம் பல விதமான காயங்களை தனக்காக ஒளித்து வைத்திருக்கிறது என்று நந்தனுக்கு தோன்றியது. எந்த மருந்தாலும்

ஆறச் செய்ய முடியாத காயங்கள். சாப்ட் வேர் எஞ்சினியரிங்கின் ரகசியமான மொழியிலிருந்து வாழ்க்கையின் ரகசியங்களின் அர்த்தத்தை தேடி பயணப்பட நேரமாகிவிட்டது. கணினியின் சதுரங்கள் வாயிலாக தனக்கு முன் தோன்றுவதல்ல வாழ்க்கை. அழுக்கும் விஷ உயிரினங்களும் சேர்ந்த குறுக்கெழுத்துப் போட்டி போன்றது வாழ்க்கை. இதை பூர்த்தி செய்யும்போது வாழ்க்கை பூரணமடைகிறது. ஒவ்வொரு ஜென்மமும் இதற்கு முன்பான ஏதோ ஜென்மங்களின் மறு பிறப்புத்தான் என்று தோன்றுகிறது. உடலும் ஆத்மாவும் எப்படி இரண்டாகிறது என்று அவன் சிந்தித்தான். இதுவரை தன்னை பின் தொடராமலிருந்த சிந்தனைகளின் பாரம் இப்போது தன் மேல் வீழ்ந்துகொண்டிருப்பது. தப்பூவும் தானும் ஒரே ஒரு ஆத்மாவும் ஒரே ஒரு உடலும்தான் என்று அவனுக்குத் தோன்றியதுண்டு.

இதற்கிடையே எங்கோ சுசலாவைதான் மறந்துவிட்டோம். இல்லையேல் அவள் விரும்பும் வண்ணமயமான உலகை கொண்டு வர தன்னால் இயன்றிருக்கும். அதனால்தான் அவள் தன்னிடமிருந்து எல்லா சௌகரியங்களையும் ஒதுக்கிவிட்டு புறப்பட்டுச் சென்றது. சௌகரியங்கள் என்றுதான் நினைப்பதே முட்டாள்தனம்தானே. என்ன சௌகரியங்கள் அவளுக்கு தன்னிடமிருந்து கிடைத்தன? வேலையா? அது அவளுக்கு கிடைக்க அவள் தகுதி ஆனவள் தானே. அவள் தன்னிடம் வருவதற்கு முன் பெற்றிருந்த படிப்பின் பலன் தானே அவளது வேலை. அந்த வேலைக்காக அவள் தன்னிடம் தாழ்ந்து போக வேண்டியதில்லை. அல்லது அவளை சராசரி பெண்ணிலிருந்து கவிஞராக பயணிக்க வைத்ததற்கா? அது அவளுக்குள் சாந்தமாக தூங்கிக்கொண்டிருந்த எழுத்தின் தாகம் அதுவாகப் பொங்கியதுதானே? மண்ணுக்குள் கிடந்த அவளது விதை காலம் தவறிப் பெய்த மழையில் முளைத்துவிட்டது. நல்ல விதை எதாவது ஒரு மழைக்காலத்தில் முளைக்கத்தானே செய்யும். அதுவும் தன்னால் நடந்தது என்று நினைப்பது முட்டாள்தனமே என்று அவன் நினைத்தான்.

இந்த நேரத்தில் சுசலாவின் அன்புடன் கூடிய அரவணைப்பை நந்தனின் இதயம் எதிர்பார்த்தது. தப்பூவின் அலறல்களெல்லாம் எதிரொலிக்கப்படுவது அம்மா என்ற வார்த்தைகளில்தான். அதனால்தான் நேற்று ராமகிருஷ்ணனை அழைத்து விசயங்களைச் சொன்னான். ராமகிருஷ்ணனின்

வார்த்தைகளிலும் ஏதோ ஒரு படுதா தெரிந்தது. அது என்ன என்று எவ்வளவு சிந்தித்தும் எதுவும் பிடிபடவில்லை.தப்பூவின் இடுப்பு வலிக்கான காரணம் சைக்கிளில் இருந்து விழுந்ததனால் என்றுதான் ராமகிருஷ்ணனிடம் சொல்லியிருந்தான்.

பானுமதி அம்மாவும் சுசலாவை ஃபோனில் அழைத்தபோது கிடைக்கவில்லை. தப்பூ மருத்துவமனையிலிருந்த பத்து நாட்களிலும் பானுமதி அம்மா முயன்று கொண்டுதான் இருக்கிறாள். ஃபோன் சுவிட்ச் ஆப். அவளுக்கு என்ன நேர்ந்ததோ என்ற கவலையும் பானுமதி அம்மாவுக்கு உண்டு. சுசலாவை சில நாட்களுக்காவது கேரளத்துக்கு அனுப்ப வேண்டும் என்று கட்டாயப்படுத்திக் கூறினான் நந்தன். அவனுக்கு சுசலாவுடன் தொடர்புகொள்ள உள்ள ஒரே வழி ராமகிருஷ்ணன்தான்.

அவள் வருவாள். அவள் வந்துவிட்டால் தப்பூவின் வலி மாறிவிடும். அப்பாவால் கொடுக்க இயலாத ஆறுதலின் மருந்தை அம்மா மட்டும்தான் கொடுக்க முடியும். ஒருக்கால் அவளை தன்னுடன் சேர்த்து வைப்பதற்காக கடவுள் அமைத்த சூழ்ச்சியாக இருக்கலாம் தப்பூவின் இந்த வலிகள். அவனது வலிக்கான காரணத்தை இன்னும் கண்டுபிடிக்க இயலவில்லை.

எதுவானாலும் அவனை வேதனைப்படுத்திக்கொண்டு... தேவையில்லையே ஆண்டவா. பலவிதமான சிந்தனைகளின் கொந்தளிப்புடன் மருத்துவமனை முற்றத்திலிருந்த இருக்கையில் இருக்கும்போது அவனுக்கு அந்த ஃபோன் வந்தது.

“ஹலோ, மிஸ்டர் நந்தனா?”

“ஆமாம்.”

“உங்களுடைய ரிசல்ட் வந்துள்ளது... பாசிட்டீவ்...”

“என்ன எந்த ரிசல்ட்?” அவனது சிந்தனைகள் குழம்பியது.

“எந்த டெஸ்ட்டுக்கும் கொடுக்கவில்லையே?”

“அபிநவ்வுக்கு பயாப்சிக்கு கொடுத்திருந்தீர்களே அது பாசிடீவ்.”

நாங்கள் ஓங்கோலஜி டிப்பார்ட்மென்டில் இல்லை. ஜெனரல் மெடிசினில் இருக்கிறோம். உங்களுக்கு நம்பர் மாறியிருக்கலாம்.”

பொறுப்புடன் செயல்படாத அந்த லேப் ரிசப்ஷனிஸ்டிடம் மனதில் தோன்றிய கோபத்தை அடக்கி வைத்துக்கொண்டு அவன் சொன்னான். ஃபோனை வைத்த பின்னரும் மனதை என்னவோ செய்துகொண்டே இருந்தது.

மெதுவாக அவன் டாக்டர் முஹம்மதின் காபினுக்குச் சென்றான். கடந்த பத்து நாட்களாக டாக்டர் முஹம்மதின் பார்வையிலே தானே தப்பூ இருக்கிறான்? காபினைத் திறந்து உள்ளே சென்றபோது ஒரு நர்ஸ் அப்போது கொண்டு வந்து வைத்துவிட்டுச் சென்ற ஃபைலைப் பார்த்துக்கொண்டிருந்தார் டாக்டர். நந்தனைக் கண்டவுடன் அவரது முகம் வெளிறியது. லேபிலிருந்து ஃபோன் வந்த தகவலைச் சொல்லும்போது நந்தனின் உதடுகள் துடித்துக்கொண்டிருந்தன. இதயம் முழுவதும் கோவில்கள் வந்து நிறைந்தன. ஒவ்வொரு கடவுளுக்கு முன்னரும் அவன் பூ மாலைகள் இட்டுக்கொண்டே வந்தான். கேட்கக் கூடாத எதுவும் தன் காதுக்குள் வந்து விழக்கூடாதே என்று.

லேபிலிருந்து அழைத்தது உங்களைத்தான் மிஸ்டர் நந்தன். உங்களிடம் சொல்லாமல் அபினவின் மஜ்ஜையை நாங்கள் பையாப்சிக்கு அனுப்பியிருந்தோம். இன்றே நீங்கள் மலபார் கான்செர் சென்டரின் ஒங்கோலாஜி டிப்பார்ட்மன்டின் டாக்டர்.போபன் தாமசை காண வேண்டும். இப்போதே புறப்படுங்கள்.

உடலும் மனமும் சோர்வடைந்து, இயலாமையின் வேரில் தொங்கி அரைமயக்கத்தில் டாக்டரின் அறையிலிருந்த நாற்காலியில் அவன் மயங்கிக் கிடந்தான். அப்பொழுது அந்த மருத்துவமனை முழுவதும் தப்பூவின் அலறல் சத்தம் கேட்டுக்கொண்டிருந்தது. ஆனால் இதுவரை கேட்டுக்கொண்டிருந்த அலறல்களுக்கும் மேலாக ஒரு அழுகைச் சத்தம் அதனுடன் சேர்ந்து கேட்டது.

* * *

16

சில சம்பவங்களை பார்ப்பவர்களுக்கு அதை அனுபவிப்பவர்களைவிட வேதனை உண்டாக்கலாம். அப்படி ஒரு நிலைமைதான் ராமகிருஷ்ணனுக்கு இப்போது உருவாகியிருந்தது. நந்தனின் வார்த்தைகள் அவனது நினைவுகளை நடுங்கச் செய்துகொண்டிருந்தது.

நந்தன் முதல் முறை ஃபோன் செய்தபோதே ராமகிருஷ்ணன் சுசலாவிடம் சொல்லியிருந்தான். தப்பூவுக்கு இடுப்பு வலி என்று. ஆனால் அவள் தன்னிடம் ஏதோ மறைத்து வைப்பதுபோல அப்போதே ராமகிருஷ்ணனுக்கு தோன்றி இருந்தது மனதின் ஆழங்களுக்குள் வேண்டுமென்றே இறங்கிச் செல்லவில்லை.

அவள் போகத் துடித்துக்கொண்டிருக்கிறாள் என்பது தெரியும். ஆனால் அவளை பிடித்து நிறுத்தும் ஏதோ ஒன்று மிச்சமிருக்கிறது. நந்தனின் இரண்டாவது ஃபோன் வந்த போதே ராமகிருஷ்ணன் உறுதியாக முடிவு செய்திருந்தான், சுசலாவை எப்படியாவது ஊருக்கு அனுப்பி விட வேண்டும் என்று. முடியுமா என்ற சந்தேகமும் இல்லாமல் இல்லை. க்ளீட்டசிடம் பழிதீர்க்கத்தான் அவள் இங்கே இருக்கிறாளோ? இல்லை டயானாவிடமிருந்து க்ளீட்டசை திரும்பப் பெறுவதற்கான வைராக்கியமா? அப்படித்தான் இருக்க வேண்டும்.

ஒருமுறை அவள் சொல்லியிருந்தாள், அவர்களைச் சேர்ந்து வாழ விடமாட்டேன் என்று.

க்ளீட்டசுக்கு இடமாற்றம் கிடைத்து வடக்கில் அமைந்த நகரத்தில் இரண்டுபேரும் ஒன்றாக வாழ்கிறார்கள் என்று அறிந்தபோது கோபம் மற்றும் வெறுப்பின் போர்க் குதிரையில் ஏறி பாய்ந்து வந்து அவள் அப்படிச் சொன்னாள். அப்படிப்பட்ட சிந்தனையை ஏற்றுக்கொள்ள முடியாது என்றும், அவர்களை அவர்களது வழியில் வாழ விட வேண்டும் என்றும், ஒரு சிறுவனாவது அனாதையாகாமல் இருக்கட்டும் என்றும் ராமகிருஷ்ணன் அதற்கு பதில் கூறினான்.

அவர்கள் அப்படி வாழ்வதில் உள்ளத்தால் ராமகிருஷ்ணன் மிகவும் சந்தோஷப் பட்டிருந்தான் என்று அவனது கண்களிலிருந்தும் உதடுகளிலிருந்தும் சுசலா புரிந்து கொண்டிருந்தாள்.

தப்பூவுக்கு லுக்கீமியா, அதற்குமேல் எதுவும் ராமகிருஷ்ணனிடம் சொல்ல நந்தனுக்கு முடியவில்லை. விசும்பல்களுடன் அறுந்துபோன ஃபோன். அதிக நேரம் அவனுக்கு அப்படியே இருக்க முடியவில்லை. நந்தனை திரும்பவும் அழைத்தபோது முரளி அண்ணன்தான் ஃபோனை எடுத்து விவரங்கள் சொன்னார்.

மலபார் கான்செர் இன்ஸ்டிட்யூட்டில் சேர்க்கப் பட்டிருக்கிறான். டாக்டர் போபன் தாமஸ் பார்க்கிறார். ஐந்து சதவீதம்தான் எதிர்பார்க்க முடியும். இனி நாட்கள் அதிகமில்லை. இரண்டு வாரத்திலேயே தப்பூ மிகவும் மெலிந்து விட்டிருந்தான். இரண்டு கீமோ தெரப்பி கடந்துவிட்டது. முடி முழுவதும் உதிர்ந்து விட்டிருந்தது. நரம்புகள் கிடைக்காததால் கீமோ போர்ட் வைத்திருக்கிறார்கள்.

ஒரு வலி மருந்துக்கும் அவனது வழியை நிறுத்த முடியவில்லை. வரும் திங்கட்கிழமைதான் அவனது ஐந்தாவது பிறந்தநாள். ஒருக்கால் அதுவே அவனுடைய கடைசி பிறந்தநாளாகவும் இருக்கக் கூடும். கண் திறக்கும் போதெல்லாம் நந்தனின் கைகளை இறுக்கமாகப் பிடித்தபடி அவன் அழைப்பது அம்மா என்றுதான். பிற சொற்களை உச்சரிக்க அவனது நாக்குக்கு இயலவில்லை. உடலில் சதையாக எஞ்சியிருக்கும் சில உறுப்புகளில் ஒன்று அவனுடைய நாக்கு. ஒவ்வொரு நிமிடத்துக்கும் அவனது கண்கள் உள்ளே சென்றுகொண்டிருக்கிறது. இனியும் அது நிகழ்ந்தால், எழும்பினால் ஒரு வேலி அவனது கண்களைச் சுற்றி உருவாகும்.

கீமோ போர்ட் வைத்த அவனது நெஞ்சுக் கூட்டுக்கு கீழே சலம் வருகிறது. அதற்கு மேல் கேட்க ராமகிருஷ்ணனுக்கு சக்தி இருக்கவில்லை.

"முரளி அண்ணா போதும்" இதைச் சொல்லி அவன் ஃபோனை துண்டித்தான்.

சுசலாவுடன் பார்க்குக்கு வரும்போது மாமா என்று அழைத்தபடி ஓடி வரும் தப்பூவைத்தான் அப்போது அவனுக்கு நினைவுக்கு வந்தது. ஒருமுறை ஷாப்பிங் பெஸ்ட்டுக்கு சென்றிருந்தபோது சுசலா மற்றும் அம்மாவுடன் அவன் வந்திருந்தான். அப்போது ஒரு ஆரவாரமான தமிழ் பாட்டுக்கு அவன் நடனமாடி தன்னை வியக்க வைத்தான்.

"மாமாவுக்கு டான்ஸ் படிக்க வேண்டுமா?" என்று கேட்டபடி, வளைந்து கொடுக்காத தன் உடலைக்கொண்டு நடனமாடச் செய்ததும், தனது நடனத்தைக் கண்டு அவன் வாய் பொத்தி சிரித்ததையும் ராமகிருஷ்ணன் நினைவு கூர்ந்தான்.

சுசலாவை அனுப்பி வைக்க வேண்டும். உடன் தானும் போக வேண்டும். இரத்தம் வேறாக இருந்தாலும் அவனும் தன் பிள்ளைபோல்தான். மூன்று மாத விசிடிங் விசாவில் வந்த அவன் ஒரு ஜென்மம் முழுதும் நினைவில் வைக்கும் அளவுக்கு அன்பை தந்திருக்கிறான். சுசலாவின் ஃபோன் உயிரற்றுக் கிடக்கிறது. காரணம் தெரியாது. எப்பொழுதும் அப்படி நிகழ்ந்தது கிடையாது. இரண்டு மொபைலும் அப்படியே. ஒன்று அலுவலக ஃபோன். இனியொன்று அவளுடைய பர்சனல் ஃபோன். இரண்டும் மௌனமாகி சில நாட்கள் ஆகிவிட்டது.

முகநூலிலும் அப்டேட்ஸ் எதுவும் கிடையாது. வாட்ஸ் அப்பிலும் கண்டு நாட்கள் ஆகிவிட்டன. எதேச்சையாக விசாரிப்பதற்காகத்தான் அட்வகேட் ஷெரிபாவை அழைத்திருந்தான். சுசலாவின் இதய இரகசியங்களை அறிந்தவள். ஒரு பிரபல கம்பெனியின் சட்டப்பிரிவில் அவளுக்கு வேலை. கேரளத்திலிருந்து வரும்போதே வக்கீலாக பணி புரிவதற்கான தகுதியுடன்தான் அவள் வந்திருந்தாள். ஆனால் இங்கு நீதி மன்றத்தில் பணி புரிய இந்த நாட்டு பிரஜையாக இருக்க வேண்டும். வெளி நாடுகளிலிருந்து இறக்குமதி செய்யப்படும் வக்கீல்கள் எல்லாம் வக்கீல் அலுவலகத்தில் பணிபுரியும் குமாஸ்தாக்களோ பிசினஸ் ப்ரொமோட்டர்களோ ஆக மட்டுமே செயல்பட முடியும். அதுவும் இல்லையென்றால்

தனியார் நிறுவனங்களின் சட்ட ஆலோசகர்களாக இருக்கலாம். அட்வகேட் ஷெரிபாவும் அப்படித்தான்.

அன்று இரவு க்ளீட்டஸ் அடித்து துரத்தியபோதும் பாதுகாப்பு தந்தது அட்வகேட்.ஷெரிபாவின் குடும்பம்தானே? அன்று ராமகிருஷ்ணன் அழைக்கும்போது ஷெரிபா வேலை எதுவும் இல்லாமல் இருந்தாள். வெகு நேரம் பேசிக்கொண்டிருந்தாள். மாறி வரும் உலகத்தைப் பற்றியும் மாறிக்கொண்டே இருக்கும் இன்றைய கலாசாரத்தைப் பற்றியும்தான் இருவரும் பேசினர். உருவத்திலும் மொழியிலும் மட்டுமல்லாது ஒருவருக்கொருவர் காட்டும் அன்பில்கூட செயற்கைத்தனம் புகுந்துவிட்டது. உணர்ச்சிகள் இல்லாத, உயிரில்லாத அன்பைத்தான் இன்றைய உலகம் கைமாறிக் கொள்கிறது என்ற ஷெரிபாவின் கருத்துகளை ராமகிருஷ்ணன் ஆமோதித்தான்.

அப்படி பேசிக்கொண்டிருக்கும்போது அவன் சுசலாவைப் பற்றி விசாரித்தான். சுசலா ஷெரிபாவின் வீட்டில் கொஞ்ச நாட்களாக தங்கியிருக்கிறாள் என்றும் கம்பெனியிலிருந்து வேலையை ராஜினாமா செய்திருக்கிறாள் என்றும் அப்போதுதான் அவனுக்குத் தெரிய வந்தது. நேரத்தை வீணடிக்காமல் அவன் நேராக ஷெரிபாவின் வீட்டுக்குச் சென்றான்.

சுசலாவை பார்க்கும்போதே மாற்றம் தெரிந்தது. வெகு நேரம் மௌனமாக இருந்தாள். அபூர்வமாகத்தான் எதாவது பேசுகிறாள். முகத்தில் எதையோ தொலைத்துவிட்டதன் கவலையும் பயமும் தெரிகிறது. யாரும் பார்க்காதபோது மூடிய கண்களிலிருந்து கண்ணீர் தாரை தாரையாக வழிகிறது. ஷேரிபாவும் கணவனும் எவ்வளவோ முயன்றபோதும் எதுவும் பதில் சொல்லாமல் கவலைகளை இதயத்துக்குள்ளேயே மூடி வைத்திருந்தாள். அழகிய அவளது முகம் இப்போது இருண்டு போயிருக்கிறது. லிப்ஸ்டிக் பூசாத உதடுகள் உலர்ந்து வறண்டு போயிருக்கிறது. முன்பு எப்போதும் ஈரமான உதட்டில் புன்னகையை மட்டுமே பார்க்க முடியும். எல்லாம் மறைந்து உயிரற்ற முகம். சுருக்கம் நிறைந்த சிவப்பு டி–ஷர்ட்டும் லூசான பாண்டும் அணிந்திருக்கிறாள். ஒதுங்காமல் படர்ந்து கிடக்கும் தலை முடி சுருட்டிப் பின்னால் கட்டியிருக்கிறாள்.

ராமகிருஷ்ணன் துணுக்குற்றான். இவளுக்கு எதுவும் தெரிந்திருக்குமோ? வாய்ப்பில்லை. பின் ஏன் இவள் இப்படி

இருக்கிறாள்? உள்ளுணர்வில் எதாவது புரிந்திருக்கக் கூடும். அம்மா ஆயிற்றே?

தூரத்தில் சொந்த ஊரில் ஐந்து வயது மகனின் கடைசி நாட்கள் உதிர்ந்துகொண்டிருக்கின்றன. அம்மாவின் ஆத்மாவும் மகனின் ஆத்மாவும் இறுக்கமாக தழுவிக்கொண்டிருக்கலாம். ராமகிருஷ்ணனைக் கண்டதும் அவளது கண்களில் மின்னல் கொடியின் வெளிச்சம் தென்பட்டது. அவள் அரை நிமிட நேரம் கூட வீணாக்காமல், மின்சாரம் பாய்ந்து தூக்கி எறியப்பட்டது போல, ராமகிருஷ்ணன் மேல் போய் விழுந்து கட்டிப்பிடித்து, அழுது அவனது சட்டையை நனையச் செய்தாள்.

“எனக்கு எனது மகனைப் பார்க்க வேண்டும் ராமா, ப்ளீஸ்.”

“அவன் எந்த நேரமும் என்னை நினைத்து அழுது கொண்டே இருக்கிறான். அவன் இப்போது இருப்பது என் இமைக்குள்ளேதான்” அவள் அவனது நெஞ்சிலிருந்து நழுவி அவன் பாதத்தில் விழுந்து அழுதாள்.

“நாம் போகலாம் இன்றே இப்போதே” ராமகிருஷ்ணன் அவன் முடிவெடுத்திருப்பதைச் சொன்னான்.

“முடியாதே ராமா, என்னோட பாஸ்போர்ட்டை க்ளீட்டஸ் பணயம் வைத்திருக்கானே. இருபத்தி ஐயாயிரம் தர்ஹமுக்கு. இல்லையென்றால் மகனுக்கு முடியாமல் போய் இத்தனை நாள் நான் இங்கே இருப்பேனா, ராமா?”

“என் கையில் எதுவுமே இல்லை ராமா, நகைகள் கூட. எல்லாவற்றையும் அவன் வித்துட்டான். அதெல்லாம் தின்னும் குடித்தும் தீர்த்துவிட்டான். என்னையும்.”

“பரவாயில்லை. நாம் இன்றே போய் விடுவோம். நீ உடை மாற்றி என்னுடன் புறப்படு.”

அவளிடம் அப்படி சொல்லிவிட்டான் என்றாலும் இருபத்தி ஐயாயிரம் திர்ஹாமுக்கும், பயண டிக்கெட்டுக்கான பணத்திற்கும் என்ன செய்வது என்ற சிந்தனை அவனை தொந்தரவு செய்துகொண்டிருந்தது.

அட்வகேட் ஷெரிபா அவளை உள்ளே கொண்டுபோய் அரை நிமிடத்துக்குள் உடையை மாற்றச் செய்து அவனுடன்

அனுப்பி வைத்தாள். இதற்கிடையே லத்தீப் ஒரு பெரிய தொகையை அவனது கைகளில் கொண்டு வந்து கொடுத்தான். அவசரமாக கொஞ்சம் பணம் வேண்டும் என்று அவன் பலருக்கும் ஃபோன் செய்வதை லத்தீப் கவனித்திருந்தான்.

திரும்பி போகும் வழியில் காரை அங்கங்கே நிறுத்தி நண்பர்களின் அலுவலகங்களுக்குச் சென்று பாஸ்போர்ட் திரும்பப் பெறுவதற்கான தொகையை அவன் சேமித்து விட்டான். நண்பன் அஜித்தை அழைத்து கோழிக்கோட்டுக்கு இரண்டு டிக்கெட்டும் வாங்கிவிட்டான்.

பயணத்துக்கு இடையே அவள் எதுவுமே பேசவில்லை. 'தப்பூ' என்றும் 'கடவுளே' என்றும் உள்ள இரண்டு வார்த்தைகளை தவிர்த்து. உலகாயத சிந்தனையிலிருந்து கடவுள் நம்பிக்கைக்கு மாறுவதற்கான தூரம் ஒரு விபத்துத்தானோ என்று அவன் எண்ணினான்.

* * *

17

டாக்டர் போபன் தாமஸ்தான் இந்த பிறந்த நாளுக்கு மிகவும் விலை மதிப்பான பரிசு கொண்டு வந்தது. ஒரு மிக்சர் கிரைண்டர். ஐந்து வயதே ஆன சிறுவனுக்கு பிறந்தநாள் பரிசாக ஒரு மிக்சர் கிரைண்டரைப் பரிசாகக் கொடுப்பது வித்தியாசமாக தோன்றும் என்று அவருக்குத் தெரியாமல் இல்லை. தப்பூவுக்கு அது ஒரு விளையாட்டுச் சாமானாக இருந்தது. மிகவும் பிரியமான விளையாட்டுப் பொருள். அவனது இந்த விருப்பம் அவருக்குத் தெரிய வந்தது பானுமதி அம்மாவிடமிருந்துதான்.

"அவன் மிக்ஸ்யின் ஜார்களை திறந்து வைத்து, பல இலைகளை பறித்து அதில் போட்டு விளையாடிக்கொண்டே இருப்பான். அவனுக்கு மிக்ஸி என்றால் அவ்வளவு பிரியம்."

ஒருமுறை பானுமதி அம்மா அவனது தனித் தன்மைகளைப் பற்றி கூறும்போது சொன்னது இது. அதை கூறும்போது பானுமதி அம்மாவின் கண்களிலிருந்த ஒளியைக் கண்டுதான் டாக்டருக்கு தப்பூவின் மிக்ஸியின் மேலான காதல் புரிந்தது. அவருக்குத்தான் இப்போது அவனுடைய விஷயங்கள் அனைத்தும் தெரியும். கடவுளைப்போல.

தப்பூவிடம் இனி மிச்சமிருக்கும் மூச்சுகள் பெருமூச்சுகள் இதயத் துடிப்புகள் அனைத்தின் எண்ணிக்கையும் அவரது ரெக்கார்ட் புத்தகத்தில் எழுதப்பட்டுள்ளது.

கடவுளைப்போல, அவனைப் பற்றிய அனைத்தையும் தெரிந்துகொண்டு நந்தனிடமும் பானுமதி அம்மாவிடமும் ஆண்டவனிடம் வேண்டிக்கொள்ளச் சொன்னார். சர்ச்சுக்குச் சென்று அவரும் வேண்டிக்கொண்டார். இறந்தவர்களுக்கு உயிர் கொடுத்த ஏசுவுக்கு சில நேரம் தப்பூவை மரணத்தின் வாயிலிருந்து காப்பாற்ற முடியலாம் என்று அவர் ஆசைப்பட்டார். அவரது கணக்குப் புத்தகத்தில் இனி அவனுக்கு மிச்சமிருப்பது நூத்தி இருபது மணி நேரம் மட்டும். ஐந்து நாட்கள்.

பிறந்து ஐந்து வருடமும் ஐந்து தினங்களும் கடந்த உடனேயே அவன் தோல் சுருக்கங்களோ நரையோ பாதிக்காத ஆத்மாவின் உலகத்தில் மறு பிறவி எடுப்பான். அந்த உறுதியான விஷயத்தை எந்த ஆண்டவனுக்கு மாற்றி எழுத முடியும்?

இன்று அவனுக்கு எழுந்து உட்கார முடிகிறது என்றால் அதற்குக் காரணம் அவனுக்கு வேதனைகளுக்கு இடையே கிடைக்கும் சந்தோஷம்தான். புதுச் சட்டையும் பாண்டும் போட்டவுடன் நிறம் மங்கிப்போன அவனது முகத்தில் நிலவின் ஒளி மின்னியது. முடி உதிர்ந்துபோன அவனது தலையில் ஒரு தொப்பியை வைத்தாகிவிட்டது. அவனுக்கு சிரிக்க வேண்டும் என்று ஆசை. ஆனால் முடியவில்லை. சலனமில்லாத அவனது கண்கள் அனைவரையும் சுற்றி வருகிறது. அவன் அவனது அம்மாவைத்தான் தேடுகிறான் என்று நந்தனுக்கும் டாக்டருக்கும் தெரியும்.

நந்தன் அதன் பின் ராமகிருஷ்ணனையோ சுசலாவையோ அழைக்கவில்லை. வார்த்தைகள் முறிந்து ரத்தம் துளி துளியாக விழுகிறது என்று அவனுக்குத் தெரியும். தப்பூவுடன் சேர்ந்து தானும் மரணத்தின் புதிய உலகத்துக்கு போய் விட வேண்டும் என்பதுதான் நந்தனின் வேண்டுதல். தப்பூ இல்லாத உலகம் அவனுக்கு வெற்றிடம். பெரும் வெற்றிடம். சுசலா ஏன் வரவில்லை என்று போபன் தாமஸ் இடையிடையே சிந்தித்து கொள்வார். சுசலா இல்லாதது நந்தனைப்போலவே அவரையும் சஞ்சலப்படுத்தவும் வேதனைப்படவும் வைத்துக்கொண்டிருந்தது.

அப்படி சிந்தித்துக்கொண்டிருக்கும்போதுதான் அட்டெண்டர் ஒரு ஐடி கார்டு ரிப்பனில் மாட்டி டாக்டரிடம் கொடுத்தார்.

ஐடி கார்டில் தப்பூவின் போட்டோவும் அதற்குக் கீழே டாக்டர். அபிநவ் என்று எழுதியும் இருந்தது.

இரண்டு நாட்களுக்கு முன் ஜூனியர் டாக்டர்களுடன் டாக்டர். போபன் தாமசும் ரௌண்ட்ஸ் வந்தபோது தப்பூ அதைக் கவனித்தான். எல்லா டாக்டர்கள் கழுத்திலும் ஐடி கார்டு கட்டி இட்டிருக்கிறார்கள். தனக்கும் அதுபோல ஒன்று வேண்டுமென்று போபன் தாமஸிடம் சொல்ல அவனது நா எழவில்லை. வார்த்தைகளின் பாரத்தைத் தாங்கும் தெம்பு அவனது நாக்குக்கு இல்லை.

ஆனால், அவனது கண்களிலிருந்து அவன் எதையோ ஆசைப்படுகிறான் என்று அவருக்குப் புரிந்தது. அவனது கண் ஜாடையும் ஆத்மாவின் தாகமும் புரிந்துகொள்ள போபன் தாமசுக்கு முடிந்தது. அந்த இரண்டு இதயங்களும் எந்த நேரமும் ஒன்றுக்கொன்று பேசிக்கொண்டே இருந்தன. அவனது கண்ணின் ரெட்டினாவுக்குள் விழுவது தனது ஐடி கார்டிலிருந்து வெளிப்படும் கதிர்கள்தான் என அவர் புரிந்துகொண்டார்.

“தப்பூவுக்கு இதுபோல ஒண்ணு வேணுமா?” ஆமாம் என்று அவன் வார்த்தையால் கூறாமல் அவரிடம் மட்டும் சொன்னான்.

அதைத்தான் அந்த அட்டெண்டர் இப்பொழுது கொண்டு வந்து தந்தார். டாக்டர். போபன் தாமஸ் அதை வாங்கி அவனது கழுத்தில் இடவும், நந்தன் அதையும் சேர்த்து, அவனது நெஞ்சுக்குக் கீழே முத்தம் கொடுத்தான். கீமோ போர்ட் வைத்துப் புண்ணாகியிருக்கும் இடம் நோகாமல்.

பீடியாட்ரிக் ஓங்கோலொஜி வார்டில் உள்ள எல்ல நோயாளிகளும் துணையிருப்பவர்களும் டாக்டர்களும் நர்ஸ்களும் அங்கே வந்தனர். அவனது ஐந்தாவது பிறந்தநாளின் மெழுகுவர்த்திகள் எரியத்தொடங்கின.

அவனது கட்டிலைச் சுற்றிலும் பிறந்தநாள் வாழ்த்துகளின் ஆரவாரம்.

தப்பூவின் கண்கள் திடீரென வேகமாக நகர்ந்தது. அது வெளிச்சமாக மாறி நேராக ஒண்ணாவது வாசலைப் பார்த்தது.

“அம்மா”, தூங்கிக்கொண்டிருந்த அவனது நாக்கு எழுந்தது. உதடுகளில் புன்னகையின் மெழுகுவர்த்திகள் எரிந்தன.

அவனிடம் ஒழுகி வந்த சுசலாவின் கைகளுக்குள் அவன் உதிர்ந்து விழுந்தான். முத்தமிடுவது பெரு மழையாக தொடர்ந்த நேரத்தில் ராமகிருஷ்ணன் அவனுக்கே தெரியாமல் நந்தனை கட்டி அணைத்தபடி நின்றுபோனான்.

மருத்துவ தாதிகள் ஏற்றி வைத்த மெழுகுவர்த்தி வெளிச்சத்தில் பிறந்தநாள் வாழ்த்துகளின் பாடல்களும் கரவொலிகளும் அந்த புற்றுநோய் மருத்துவ மனையின் கவலையை மீறிய மகிழ்ச்சியில் நடனமாடிக்கொண்டிருந்தன.

* * *

18

சுசலாவின் கண்கள் தப்பூவின் உடலிலிருந்து மாறுவதே இல்லை. இனி எவ்வளவு நேரம் அவனை இப்படி பார்த்துக்கொண்டிருக்க இயலும்? தெரியாது. தப்பூவை ஒரு முறை தொட வேண்டும் என்று ஆசை உள்ளது. முத்தம் கொடுக்க வேண்டும். அவனது உடலின் மேல் லேசாக தொட்டால்கூட அவனுக்கு தாங்க முடியாத வலி ஏற்படுகிறது. பிறந்த நாள் விழாவுக்கு மறு நாள் முதல் அவனை யாரும் தொட்டதே கிடையாது. அவனை அன்புடன் யாரும் தொட்டு நான்கு தினம் ஆகிவிட்டது பிறந்த நாள் அன்று இரவு தூங்குவதற்கு முன்னதாக நந்தனும் சுசலாவும் ஒரு சேர அவனுக்கு முத்தம் கொடுத்தனர். அவன் அதைக் கேட்டிருந்தான், கைகளால் ஜாடை காட்டி... சுசலாவை அம்மா என்று அழைக்க மட்டும்தான் அவனது நாக்கு எழும்பியது.

அடுத்த நாள், விடியல் முதல் அவன் மேலான ஒவ்வொரு ஸ்பரிசமும் அவனை வலியின் அக்னி பிழம்பாகத் துன்புறுத்திக்கொண்டிருந்தது. அவனது ஒவ்வொரு செல்லுக்கும், அங்கிருந்து டிஎன்ஏக்களுக்கும் லூகீமிய ஒரு பேயைப்போல படர்ந்து ஏறிக்கொண்டிருந்தது.

இந்த நான்கு தினங்களில் ஒருமுறை மட்டும் நந்தன் மற்றும் சுசலாவின் விழிகள் சந்தித்துக்கொண்டன. அப்பொழுது அவளது கண்களில் குற்ற உணர்ச்சியின் அடையாளமிருந்தது. இனி ஒருபோதும் ஆறவே

இயலாத காயங்கள் இருந்தன. வலியுடன் கூடிய ரத்தம் அந்த காயங்களிலிருந்து வெளிவந்துகொண்டிருந்தது. எல்லா வலிகளையும் கவலைகளையும் அவள் அவளது ஒரே ஒரு உடலில் தாங்கினாள். ஆனால் நந்தன் தனது வலிகளை இறக்கி வைக்க ஒரு இடம் தேடினான். நந்தன் முன்னரே அப்படித்தான். அவளை விட பலமற்றவன்.

நேற்றுத்தான் டாக்டர். போபன் தாமஸ், அவர்கள் இருவரையும் காபினுக்கு அழைத்து விஷயத்தைக் கூறினார். இனி இரண்டு நாட்களுக்கு மட்டும் தப்பூ நம்மோடு இருப்பானென்று சத்தமில்லாமல் நடந்து அவர்கள் அங்கிருந்து வெளியேறினர். தப்பூவுக்கு பக்கத்திலேயே அவனையே பார்த்தபடி நின்றனர். சுசலாவின் கண்களில் கண்ணீர் உறைந்து போயிருந்தது. ஒரு துளிகூட கீழே சிந்தாமல் சிவந்த ரத்தம் நிரப்பியது போன்ற கண்கள். எந்த நிமிடமும் மூடிவிடக் கூடிய இமைகள். உலர்ந்து ஒன்றுக்கொன்று பின்னிக்கிடக்கும் தலை முடிகள். சீலிங் ஃபேனின் காற்றில் உலர்ந்துபோன வேர்வையின் வாடை அவளது தேகத்தில் இருந்தது.

மௌனத்தால் மிக அதிகமாக அவர்கள் பேசிக்கொண்டார்கள். அவர்களின் தாம்பத்தியத்தின், திருமண பந்தத்தின் சின்னமான தப்பூ இந்த உலகத்தைவிட்டு மறையப் போகிறான். தப்பூ அவர்களுக்கே பிள்ளையாக மறு பிறவி எடுப்பானா என்று தெரியவில்லை. காலம் சில நேரம் அப்படியும் செய்துவிடக் கூடும். தப்பூ இல்லாத உலகத்துக்கு காலடி எடுத்து வைக்க சில மணி நேரங்கள் பாக்கி.

அவர்களுக்கிடையே என்றாவது நடந்து தீர்த்து விடலாம் என்ற எதிர்பார்ப்பை தந்த ஒரே ஒரு பாலம் லுகீமியா என்ற பெரு வெள்ளப் போக்கில் பார்வையிலிருந்து அடித்துச் செல்லப்படுகிறது.

நந்தனுக்கு அவளுடன் பேச வேண்டும் என்று தோன்றியது. ஒரு நிம்மதிக்காகவாவது, ஒரு உதவிக்காகவாவது உடன் இரு என்று கூறவேண்டும் என அவன் நினைத்தான். ஆனால் அவளது மௌனம் அவனை பயமுறுத்தியது.

கணினிகளின் புரியாத மொழியை புரிந்துகொள்ளும் தனக்கு அவளது ரகசிய மொழி புரியாமல்போனதே என்ற கவலை அவனது உடல் முழுவதும் ரணத்தை ஏற்படுத்தியது.

தனக்கு முன்பாக திறக்க முடியாத இதயத்தைத்தான் அவள் எங்கோ திறந்து வைத்திருக்கிறாள். அவன் அவளை நினைத்து சில நேரங்களில் பெருமிதப்பட்டதும் உண்டு.

சோசியல் மீடியாவின் தொழில் நுணுக்க படிகளின் மூலம், கவிதைகளைக் கையில் பிடித்தபடி அவள் இப்போது கேரளா மற்றும் கல்ப் நாடுகளின் இளைய சமூகத்தினரிடையே பெரிய கவிஞராக ஆகியிருந்தாள். ஆனால் அதே நேரத்தில் அவனிடமிருந்து விலகவும் தொடங்கியிருந்தாள்.

தப்பூவின் அருகில் வந்தபோது அவன் பானுமதி அம்மாவைப் பார்த்து வெளிச்சமில்லாமல் சிரிப்பதைக் கண்டான். பானுமதி அம்மாவின் கண்களில் ஒரு ஆயுளுக்கு முழுவதுமான கண்ணீர் ஒழுகிக்கொண்டு இருந்தது. நிறம் மங்கிய கசவு சேலைத் தலைப்பால் அவர் கண்களை துடைத்துக்கொண்டே இருந்தார். தப்பூ சலனமில்லாமல் சிரித்துக்கொண்டே இருந்தான். அவனது குழி விழுந்த கண்கள் எதையோ கேட்பதுபோல பானுமதி அம்மாவுக்கு தோன்றியது. பானுமதி அம்மா நினைவுகளை அவரது புத்திக்கு முன்னால் பிரித்துப் போட்டார். அவருடைய நினைவுகளுக்குள் டிப்புக்குவ்வ கதை நகர்ந்து வந்தது.

“தம்பிக்கு டிப்புக்குவ்வ பாக்கிக் கதை கேட்கணுமா?” ஆமாம் என்று சொல்வதற்காக மட்டும் அவனது தலை சிறிதாக அசைந்தது. காட்டில் மரப்பொந்துக்குள்ளே இருந்துபோன சலவைக்காரனுக்கு என்ன நேர்ந்திருக்குமோ என்று அவன் சிந்தித்திருப்பான் என்று அவருக்கு தோன்றியது.

“அப்படி, பொந்துக்குள் எட்டிப் பார்க்கும் மிருகங்களின் மூக்கிலும் கையிலும் எல்லாம் டோபி கிளிப்பை வைத்து இறுக்கிப் பிடித்தான். வந்த மிருகங்கள் எல்லாம் பயந்து அழுதபடி ஓடிப் போயிற்று.” கதை சொல்லும்போது பானுமதி அம்மாவின் உதடுகள் துடித்தபடி இருந்தன. தப்பூவின் உதட்டில் அதே உயிரில்லாத சிரிப்பு மட்டும்தான். பானுமதி அம்மா கதையை இப்படி சொல்லி முடித்தார்:

“கடைசியில் யானையும் அதுக்கப்புறம் சிங்கமும் வந்தன. அவுங்களும் அப்பிடியே ஓடிப் போனாங்க. அப்புடி எல்லா மிருகங்களும் ஓடிப்போன பின்னாடி டோபி மரத்தோட பொந்துல இருந்து வெளிய வந்து பயமில்லாம ஊருக்குப் போனாரு.”

கதை முடிந்ததும் தப்பூ சிரித்தான். பானுமதி அம்மாவையும் சுசலாவையும் நந்தனையும் நோக்கிச் சிரித்தான். பூக்களின் நிறமுள்ள சிரிப்பு. எல்லா வலிகளையும் இதயத்தில் இட்டுப் பூட்டி மூவரும் மெதுவாக அவனை நோக்கிச் சிரித்தனர். ஏதோ சொல்வதற்கு என்பதுபோல அவன் வாயைத் திறந்தான். அப்போது ரோஜாப் பூக்களின் நறுமணம் மூவரின் மூக்குகளிலும் வந்து சேர்ந்தது.

திடீரென வலியால் கதறியபடி அவனது உடல் தூக்கி எறியப்பட்டது. மெத்தையிலிருந்து உயர்ந்து மெத்தைக்கே விழுந்தான். அப்போது அவனது எலும்புகள் உடைந்து விடுமோ என்று தோன்றியது. டாக்டர்.போபன் தாமசும் நர்ஸ்களும் அடுத்த நிமிடமே அங்கு ஓடி வந்தனர். அவனைத் தொடுவது அவனுக்கு வலியைத் தரும் என்று தெரிந்தபோதும் அவர்கள் அவனை கைகளால் அமுக்கிப் பிடித்தனர்.

சுசலா இதைப் பார்க்க சக்தியற்றவளாகி பானுமதி அம்மாவின் மடியில் முகம் சேர்த்து அழத் துவங்கினாள். பானுமதி அம்மாவோ பூமா தேவியைப்போல எல்லா கண்ணீரையும் அவரே குடித்துத் தீர்த்தார். நந்தனுக்கு அதுபோல எதுவும் கிடைக்காததால், உயிரில்லாத சுவர்களின் மேல் முட்டி மோதி வேதனையின் பாரத்தை இறக்கி வைத்தான்.

டாக்டர். போபன் தாமஸ், தப்பூவின் முகத்தில் ஆக்சிஜன் மாஸ்க்கை வைத்து, கிடைக்காமல்போன பிராணவாயுவின் தேவையை சரி செய்தார். ஆக்சிஜன் சிலிண்டரிலிருந்து தொடர்ச்சியாக பிராண வாயு கிடைத்தவுடன் அவனது உடலில் ஏற்பட்ட உதறல் கொஞ்சம் கொஞ்சமாகக் குறைந்தது. அதன் பின் அவனது உடலுடன் இ.சி.ஜி சேர்த்து வைக்கப்பட்டது.

தப்பூவின் இதய தாளத்தின் அளவு இ.சி.ஜி-யில் அலையலையாக உயர்ந்துகொண்டும் தாழ்ந்துகொண்டும் இருந்தன.

* * *

19

இன்று தப்பூவின் ஐந்தாவது பிறந்தநாள் கடந்து ஐந்தாவது நாள். டாக்டர்.போபன் தாமஸ் வார்டுகளை சுற்றி வர ஜூனியர் டாக்டர்களை அனுப்பினார். காலை முதல் தப்பூவுக்கு பக்கத்திலேயே இருந்துகொண்டார். அவனின் மீதமிருக்கும் நேரம் வாசலுக்கு வெளியே நின்றபடியே அவரிடம் உள்ளே வர அனுமதி கேட்பதுபோல அவருக்குத் தோன்றியது. வாழ்க்கையிலிருந்து மரணத்துக்கான நடை பாதையை கடவுள் அவன் முன்னே மெதுவாக திறந்து வைத்தார். தப்பூவை முதல் நாள் மருத்துவ மனையில் சேர்க்கும்போதே அவனுக்கு இனி வாழ்க்கை மிச்சமில்லை என்று புரிந்துகொண்ட ஒரே நபர் டாக்டர் போபன் தாமஸ்.

தாயின் கர்ப்பப் பையிலிருந்து பிறவி எடுக்க உதவுவதும் வாழ்க்கையிலிருந்து திரும்பிச் செல்லும் தருணத்தில் அவர்களை வழியனுப்பிவைக்க உதவுவதும் டாக்டர்களின் கடமை. அனைத்து வலிகளுக்கும் பல நேரங்களிலும் மரத்துப்போன இதயத்துடன் சிகிச்சை அளிக்க வேண்டியவர்கள்.

எவ்வளவோ உடல்களுக்கு ரேடியேஷனும் கீமோதெரபியும் கொடுத்து கருக வைத்த பின்னரும், வாழ்க்கையிலிருந்து மரணத்துக்கும் மரணத்திலிருந்து வாழ்க்கைக்கும் வரவும் போகவும் உதவிய பின்னரும் இப்பொழுதும் அவரது மனதில் அன்பும் பாசமும் மிச்சமிருக்கிறது. அந்த மன நிலையின் நூல் பாலம்

வழியாகத்தான் அவர் தப்பூவின் கையைப் பிடித்தபடி நடக்கிறார். ஒரு சிறு குழந்தையைப்போல சத்தமாக பேசவேண்டும் என்றிருக்கிறது அவருக்கு. தனது இயலாமையை நினைத்து, மருத்துவர் என்னும் கம்பி வளையத்துக்குள்ளிருந்து வெளியே தாவி, ஒரு பைத்தியக்காரனைப்போல கூச்சல் எழுப்பிய படி ஓடவேண்டும் என்று அவருக்கு தோன்றியது. ஒரு சிறு குழந்தையைக்கூட காக்க முடியாத இந்த மருத்துவர் தொழிலை எண்ணி வெட்கப்பட்டார்.

தீவிரமான சிந்தனையில் இருந்து வெளிவந்தபோது அவர் மீண்டும் மருத்துவராக மாறினார். இ.சி.ஜி இயந்திரத்தை பார்த்தார். இதய துடிப்பின் பயணத்துக்கு வேகம் குறைகிறது. இப்பொழுது அது மிகவும் மெதுவாக மட்டுமே உயரவும் தாழவும் செய்கிறது.

அவர் தப்பூவின் முகத்தையே உற்றுப் பார்த்தார். உலகத்தின் கடைசி மூச்சை அவன் நீளமாக இழுத்தெடுத்தான். அதன் பின் அவனது மூக்கு சுருண்டு ஒட்டிக்கொள்ள மயங்கிக் கிடந்தான். உதட்டிலிருந்து உயிர் பறந்து சென்றது. குழிந்துபோயிருக்கும் அவனது கண்களிலிருந்து ஒரு சிறகடி ஒலியுடன் அவனது ஆத்மா பறந்து செல்வதாக அவருக்குத் தோன்றியது. அதன் பின் அந்த ஆத்மா, கொஞ்சம் நின்று, லுக்கீமியா பாதித்த அந்த பிஞ்சு உடலை வேதனையோடு பார்த்திருக்கும் என்று அவர் எண்ணினார்.

டாக்டர் போபன் தாமஸ் அதன் பின் இ.சி.ஜி.யைப் பார்த்தார். ஏறி இறங்கிக்கொண்டிருந்த அது ஒரு நேர் கோடாக அசையாமல் நின்றது. அவனது முகத்திலிருந்து ஆக்சிஜன் மாஸ்க்கை அகற்றி, முகத்தை மெதுவாகத் தடவி, கண்களை மூடினார். பின் திரும்பி யாரிடமும் எதுவும் சொல்லாமல் நடந்தார்.

அப்பொழுது அந்த அறையின் ஏதோ ஒரு மூலையிலிருந்து ஒரு ஐந்து வயது சிறுவனுடன் சரிந்து துடித்து விழும் சைக்கிளின் சத்தத்தைக் கேட்க முடிந்தது.

* * *

20

உலக வாழ்க்கையிலிருந்து ஆன்மிக வாழ்க்கைக்கான பயணம்தான் சுசலாவின் இதுவரையிலான செயல்கள் அனைத்தும். பெண்ணச்சியிலிருந்து சந்நியாசினி ஆவதற்கான நடைபயணம். வண்ணமயமான உலகத்திலிருந்து வண்ணங்களற்ற உலகத்தை நோக்கி. கைலாசத்துக்கு பயணம் போவதற்கு முன் அவள் ஒருமுறை மட்டும் நந்தனுடன் பேசினாள்.

"நந்தன் என்னை மன்னிக்க வேண்டும். உலக வாழ்க்கையில் முழுகி இருந்தபோது எனக்குள்ளிருந்த ஆன்மாவை நான் இழக்க வேண்டியதாயிற்று. களங்கப்பட்டுப்போன எனக்கு உங்களின் மூச்சுக்காற்று நிரம்பிய இந்த இடத்தின் காற்றை சுவாசிக்கக்கூட அருகதை கிடையாது. பரமசிவனின் பாதங்களில் என்னை நான் சமர்ப்பிக்கப் போகிறேன். அங்கு சென்றால்தான் எனக்கு என் தப்பூவைக் காண முடியும்."

உலக வாழ்க்கையிலிருந்து விடுபட்டு அவள், ஒரு விதவையைப்போல வெள்ளை உடையணிந்து இறங்கிச் செல்லும்போது அவள் எழுதி வைத்த புத்தகங்கள் அனாதைகளாக நின்று அவளை திரும்ப அழைத்துக்கொண்டிருந்தது.

அதன் பின்...

வாழ்க்கையில் நடைபிணமாகிப்போன நந்தன், எப்பொழுதும்போல உயிரற்ற சுவர்களை நோக்கி

இதயத்தைத் திறந்து வைத்தான். அந்த சுவர்களுக்குக் கீழே இப்படி எழுதி வைத்தான்:

தூக்கத்தின் கவர்ந்திழுக்கும் அழகை புணர
இனி எத்தனை இரவுகள் நான் காத்திருக்க வேண்டும்
எண்ணமற்ற சயனத்தின் தனிமைக்கான பயணத்தில்
இரவின் நீளத்தை நான் இப்போது அறிகிறேன்.
எனக்கு நேராக காதல் முத்தங்கள்
தூவும் மண் துளிகளே,
நீங்கள் எனது மாமிசங்களை உண்ணுங்கள்
என் மேல் உடைந்து விழும் உன்
மண் சுவர்கள்தான் எனது மாறாத காதலிகள்.
மரணமே உனக்கு என்ன அழகு!
உன் காதல் நிறைவேறத்தான் இந்த வாழ்க்கை.
மரணமே, உன் கை பிடிக்குள்,
ஓர் உன்மத்தம் பிடித்தவனைப்போல, நான் அறுந்து விழுகின்றேன் ஏற்றுக்கொள்
அந்த நேரம் தளர்ந்து உறங்கிய ஆகாயத்திலிருந்து
கண்ணீர் மேகங்கள், ஒரு பெரு மழையாய்
என்மேல் பெய்ய வேண்டுமே
சூரியனின் வெயில் பட்டு வாடாத
சிதையின் வேர்கள்
என் இதயத்துக்குள் ஆழமாக இறங்கி
என் இரத்தத்தின் சிவப்பை இழுத்தெடுத்து நீ அன்புக்கு நிறம் கொடுப்பாயாக.
மரணமே, உந்தன் கைகளில்
எண்ணமற்ற சயனம்தான் எனது தியானம்
இரவின் இருட்டில் என்னை மட்டும் நோக்குகின்ற
சில நட்சத்திரங்கள் ஆகாயக் கண்களுக்குள்ளே பறந்து இறங்குவேன்
அதன் பின் அது ஓர் அணையாத வெளிச்சமாக உருமாறும்.

* * *